AF529639

ഗ്രീൻ ബുക്സ്

സ്ത്രീപക്ഷ കവിതകൾ

കുഞ്ഞപ്പ പട്ടാന്നൂർ

1947 ജൂൺ 1ന് കണ്ണൂർ ജില്ലയിലെ
പട്ടാന്നൂർ ഗ്രാമത്തിൽ ജനനം.
പട്ടാന്നൂർ യു.പി. സ്കൂൾ, ഇരിക്കൂർ ഗവ. ഹൈസ്കൂൾ,
മട്ടന്നൂർ പഴശ്ശിരാജ കോളേജ്, തലശ്ശേരി ഗവ. ബ്രണ്ണൻ
കോളേജ് എന്നിവിടങ്ങളിൽ വിദ്യാഭ്യാസം.
കെ.എസ്.ഇ.ബിയിൽ ഉദ്യോഗസ്ഥനായിരുന്നു.
ഇപ്പോൾ സാഹിത്യ-സാംസ്കാരിക-രാഷ്ട്രീയ
പ്രവർത്തനങ്ങളുമായി കഴിയുന്നു.

ഭാര്യ: ശൈലജ
മക്കൾ: സൂര്യ, സൂന, സിതാര

വിലാസം : 'കവിത', ചേലോറ, വാരം, കണ്ണൂർ - 670 594
ഇ-മെയിൽ: *kunhappapattannur@gmail.com*

സ്ത്രീപക്ഷ കവിതകൾ

കുഞ്ഞപ്പ പട്ടാന്നൂർ

ഗ്രീൻ ബുക്സ്

green books private limited
gb building, civil lane road, ayyanthole,
thrissur- 680 003, kerala, ph: +91 487-2381066, 2381039
website: www.greenbooksindia.com
e-mail: info@greenbooksindia.com

malayalam
sthreepaksha kavithakal
poems
by
kunhappa pattannur

first published 2004
first green books edition november 2011

cover design : rajesh chalode

branches:
thrissur 0487-2422515
thiruvananthapuram 0471-2335301
calicut 0495 4854662
ernakulam 8589095302

isbn : 978-93-80884-49-3

GBPL/399/2011

മുഖക്കുറി

തന്റെ യൗവ്വനത്തിന്റെ ഊർജ്ജസ്വലമായ ദിനങ്ങളിൽ എഴുതപ്പെട്ട കവിതകളാണ് ഈ സമാഹാരത്തിലേറെയും. അമ്മയായും പ്രണയിനിയായും സഹോദരിയായും വിള ങ്ങുന്ന സ്ത്രീ എന്ന മഹത്തായ ആശയമാണ് ഇതിലെ കവിതകൾക്കാധാരം. കണ്ണുനീരും തേങ്ങലും മുറിവും പ്രതികാരവും പ്രതീക്ഷകളുടെ തെളിനീരുമായി ജീവിത ത്തിന്റെ പടനിലങ്ങളിൽ അണിനിരക്കുന്നവരാണവർ.

"പുഴകളിൽ പണ്ടു തിമിർത്തു മദിച്ചവൻ
പ്രണയവും പൂക്കളും കൊണ്ടു നടന്നവൻ
പുലരി തൻ പാട്ടുകൾ മൂളിക്കഴിഞ്ഞവൻ
പടനിലത്തൊറ്റയ്ക്കു പോവുകയാണു ഞാൻ"

എല്ലാ ഭാഷകളിലും അവിടുത്തെ സാമൂഹ്യ സാഹചര്യ ങ്ങൾക്കു വിധേയമായി വിവിധ അന്തർധാരയിലുള്ള പ്രസ്ഥാനങ്ങൾ ഉടലെടുത്തിട്ടുണ്ട്. സംഘർഷങ്ങൾ നിറഞ്ഞ എല്ലാ ഭൂഖണ്ഡങ്ങളിലും പ്രതിബദ്ധത ഒരു ചരി ത്രവും വർത്തമാന യാഥാർത്ഥ്യവുമാണ്. പ്രതിബദ്ധതാ സാഹിത്യം കേരളത്തിന്റെയും വേർപെടുത്താനാകാത്ത ചരിത്രമാണ്. ജീവിതത്തിന്റെ ആർദ്രഭാവങ്ങൾ വേണ്ടുവോ ളമുണ്ടായിട്ടും തീക്ഷ്ണതകളെ വെല്ലുവാൻ ഇറങ്ങിതി രിച്ചവനാണ് കവി.

കൃഷ്ണദാസ്
മാനേജിങ് എഡിറ്റർ

സ്ത്രീപക്ഷ കവിതകൾ

കുഞ്ഞപ്പ പട്ടാന്നൂരിന്റെ സ്ത്രീപക്ഷ രചനകളുടെ കർത്തൃത്വ രൂപീകരണവും പരിണാമങ്ങളും

എം.പി. ബാലറാം

കഴിഞ്ഞ അഞ്ചു പതിറ്റാണ്ടു കാലത്തെ ആഢ്യവർഗ്ഗ തിരസ്ക്കരണങ്ങളുടെയും തമസ്ക്കരണങ്ങളുടെയും അനുഭവങ്ങളാണ് കുഞ്ഞപ്പ പട്ടാന്നൂർ എന്ന കവിയുടെ കവിതാസ്വത്വത്തെ കൃത്യമായി മനസ്സിലാക്കാൻ നമ്മെ സഹായിക്കുന്നത്. 'മുഖ്യധാരാഭാവുകത്വ'ത്താൽ സ്വീകരിക്കപ്പെടാതിരിക്കാനും അടിത്തട്ടിൽ നിന്നുള്ള കവിതാപ്രവർത്തനം കൊണ്ടുതന്നെ തന്റെ സ്വത്വത്തെ നിർണ്ണയിക്കാനുമാണ് കുഞ്ഞപ്പ പട്ടാന്നൂർ ബോധപൂർവം ശ്രമിച്ചത്. സ്ത്രീപക്ഷകവിതകൾ ഇവിടെ പ്രത്യേകമായി തിരഞ്ഞെടുത്ത് പ്രസിദ്ധീകരിക്കുന്നതും ഇതേ കാഴ്ചപ്പാടിന്റെ ഭാഗമായാണ്.

ഉപരിവർഗ്ഗ-മധ്യവർഗ്ഗ മനസ്സുകളാൽ വ്യാജമായി നിർമ്മിക്കപ്പെടുന്ന ഭാവുകത്വത്തിന്റെ സ്വീകരണവും നിരാകരണവും കുഞ്ഞപ്പ പട്ടാന്നൂർ എന്ന കവി നേരിടുന്ന വ്യക്തിപരമായ പ്രശ്നം മാത്രമല്ല. സാമ്രാജ്യത്വ ആഗോളീകരണത്തിൽ ഇടതുപക്ഷ സമൂഹവും പുരോഗമന സാഹിത്യപ്രസ്ഥാനവും നേരിടുന്ന അധിനിവേശ രാഷ്ട്രീയത്തിന്റെ ഭാഗമായി മാത്രമേ വ്യാജഭാവുകത്വത്തിന്റെ രൂപീകരണത്തെയും വർഗ്ഗഭാവുകത്വം നേരിടുന്ന പ്രതിസന്ധിയേയും കാണാൻ കഴിയൂ. ധൈഷണിക-സർഗ്ഗാത്മക മണ്ഡലങ്ങളിൽ പട്ടാന്നൂരിനെപ്പോലുള്ളവരുടെ രചനകൾ നേരിടുന്ന പ്രതിസന്ധികളെയും വെല്ലുവിളികളെയും ആഴത്തിൽ മനസ്സിലാക്കാനുള്ള രാഷ്ട്രീയ പ്രബുദ്ധത ഇടതുപക്ഷ സമൂഹം ഇനിയും ആർജ്ജിക്കേണ്ടിയിരിക്കുന്നു. ഭാഷയെയും ഭാവുകത്വത്തെയും ബാധിക്കുന്ന വലതുപക്ഷവൽക്കരണത്തിന്റെ വൈറസ് ബാധയെ ലളിതവത്ക്കരിക്കാതിരിക്കാനും വികാരവത്കരിക്കാതിരിക്കാനുമുള്ള പ്രാഥമികമായ അനുഭവജ്ഞാനമെങ്കിലും ആഗോളീകൃതകാലത്ത് നേടേണ്ടതായുണ്ട്. സാമ്രാജ്യത്വാധിനിവേശം ഭാഷകളെയും ജനകീയമായ ഭാവുകത്വത്തെയും നശിപ്പിച്ച് മുന്നേറുന്ന മൂന്നാംലോകാനുഭവങ്ങളിൽ നിന്ന് ഇടതുപക്ഷം പാഠങ്ങൾ പഠിക്കേണ്ടതായുണ്ട്.

■

പണ്ഡിത ലോകത്തിന്റെ നിരാകരണം ചങ്ങമ്പുഴയുടെ കവിതാ ജീവിതത്തിൽ ഒരു സ്വകാര്യ ദുഃഖത്തിന്റെയും വ്യക്തിപരമായ നിരാശയുടെയും പ്രശ്നമായി ഒടുങ്ങിത്തീരുകയാണുണ്ടായത്. വ്യക്തി ജീവിതത്തെയും കവിതാജീവിതത്തെയും അതു കത്തുന്ന ചിതക ളാക്കി മാറ്റിത്തീർത്തു. 'സ്ത്രീപക്ഷ കവിതക'ളുടെ വായന പട്ടാന്നൂർ കവിതയെക്കുറിച്ച് അടിസ്ഥാനപരമായ ചില ചോദ്യങ്ങൾ ഇന്നു വീണ്ടും ഉയർത്തുന്നുണ്ട്. സാഹിത്യത്തിലെ 'മുഖ്യധാര'യേയും 'അമുഖ്യ ധാര'യേയും 'പോഷകധാര'യേയും വേർതിരിച്ച് കാണാനും നിർണ്ണ യിക്കാനുമുള്ള അവകാശം ചരിത്രം ആർക്കാണ് പതിച്ചു നൽകിയിരി ക്കുന്നത്? ചരിത്രത്തിൽനിന്ന് നിഷ്ക്കാസനം ചെയ്യപ്പെടാൻ തയ്യാറെ ടുത്തിരിക്കുന്ന വർഗ്ഗങ്ങളുടെ അയഥാർത്ഥമായ നിർണ്ണയങ്ങൾക്കും വിഗ്രഹവത്ക്കരണങ്ങൾക്കും നാം എന്ത് വിലയാണ് കല്പിക്കേണ്ടത്? വേശ്യാപദാനങ്ങളും ശൃംഗാരശ്ലോകങ്ങളും ചമ്പൂഗദ്യങ്ങളും പൂര പ്രബ ന്ധങ്ങളും മഹാകാവ്യങ്ങളും ഇന്നെവിടെയാണ്? അവയെ മഹത്ത്വവ ത്ക്കരിച്ച ഇത്തിക്കണ്ണി വർഗ്ഗങ്ങൾ എവിടെ?

പ്രശ്നമിതാണ്: ആരുടെ ഏതു വർഗ്ഗത്തിന്റെ താത്പര്യങ്ങൾക്കനു സരിച്ചാണ് 'മുഖ്യധാര'യുടെ രൂപീകരണവും അതിന്റെ അടിസ്ഥാനത്തിൽ വിഗ്രഹവത്ക്കരണ പ്രവർത്തനങ്ങളും നടക്കുന്നത് എന്നത് സമൂഹ ചരിത്രത്തിൽ വളരെ പ്രധാനമാണ്. ദളിത്പക്ഷമെന്നും ഫെമിനിസ്റ്റ് പക്ഷ മെന്നും സ്വത്വരാഷ്ട്രീയപക്ഷമെന്നും പല പേരുകളുടെ മേൽവിലാസം ഉപയോഗിച്ച് 'മുഖ്യധാര'യുടെ ഭാഗമായിത്തീരുകയും വിപണികണ്ടെ ത്തുകയും ചെയ്തവർ അധികാരസ്ഥാപനങ്ങളുടെയും സാമ്രാജ്യത്വ ഫണ്ടിങ് ഏജൻസികളുടെയും ദാസ്യപക്ഷമായി മാറുന്നതിന്റെ വർഗ്ഗപര മായ അടിസ്ഥാനമെന്തെന്ന് അന്വേഷിക്കേണ്ട ബാദ്ധ്യത നമുക്കുണ്ട്.

വരേണ്യവർഗ്ഗ മനസ്സുകൾ അടിസ്ഥാന വർഗ്ഗപക്ഷത്തു നിന്നുള്ള സമരോത്സുകമായ പോരാട്ട കവിതയുടെ പാരമ്പര്യത്തെ ഉൾക്കൊ ള്ളാൻ സ്വാഭാവികമായി ഒരിക്കലും തയ്യാറായിട്ടില്ലെന്നതാണ് സത്യം. ഇടതുപക്ഷ രാഷ്ട്രീയത്തെയെന്നപോലെ വർഗ്ഗസാഹിത്യത്തേയും പിൻനിരയിലേക്കു തള്ളുന്നതിൽ മൂലധന താത്പര്യങ്ങളും നിഗൂഢ രാഷ്ട്രീയ താത്പര്യങ്ങളും ഒന്നിക്കുകയാണ്. സാമ്രാജ്യത്വശക്തികൾ നിർദ്ദേശിക്കുകയും ഉദാരമായി പിന്തുണക്കുകയും ചെയ്യുന്ന 'അരാ ഷ്ട്രീയ വികസനവാദ'ത്തിന്റെ സാഹിത്യത്തിലെ നേരവകാശികളാണ് ഇവർ. കബളിപ്പിക്കുന്ന പല പേരുകളിലാണ് ഈ വൈതാളിക സംഘം നമ്മെ അഭിമുഖീകരിക്കുന്നത്. ദളിത് സാഹിത്യവും ഫെമിനിസവും സ്വത്വവാദവും പോസ്റ്റ് മാർക്സിസവും പോസ്റ്റ് മോഡേണിസവും കൂണു കൾ പോലെ മുളച്ചു പൊന്തുന്നതിന്റെ ഭൗതിക സാഹചര്യമിതാണ്.

വർഗ്ഗ രാഷ്ട്രീയത്തെയാണ് ഏവരും ഭയപ്പെടുന്നത്. പ്രായോജകരുടെ (sponsors) താത്പര്യങ്ങൾക്കനുസരിച്ച് അതിനെ എതിരിടുന്നതിൽ ഒരുതരം മാഫിയാ പ്രവർത്തനം തന്നെയാണ് സാംസ്കാരിക മേഖലയിലാകെ നടക്കുന്നത്.

മേലാള ഭാവുകത്വത്തിൽനിന്ന് എന്നും അന്യവത്കരിക്കപ്പെടുമ്പോഴും അക്കാദമിക് വിമർശനത്തിന്റെയും ഔദ്യോഗിക സ്ഥാപനങ്ങളുടെയും പരിചരണങ്ങൾക്ക് വിധേയമാവാൻ കൂട്ടാക്കാതിരിക്കുമ്പോഴും നിരന്തരമായ കവിതാപ്രവർത്തനത്തിലൂടെ മലയാളത്തിൽ ഒരു പോരാട്ട കവിതാകർത്തൃത്വത്തെ യാഥാർത്ഥ്യമാക്കിത്തീർത്തതാണ് കുഞ്ഞപ്പ പട്ടാന്നൂരിന്റെ പ്രസക്തി. സാമ്രാജ്യത്വശക്തികൾക്കെതിരെ അടിസ്ഥാന വർഗ്ഗങ്ങൾക്കു ഫലപ്രദമായി ഇന്നെടുത്തുപയോഗിക്കാവുന്ന പോരാട്ടത്തിന്റെ കുന്തമുനകളായിത്തീർന്നിരിക്കുന്നു പട്ടാന്നൂർ കവിതകൾ. ഇന്നിവിടെ വേറിട്ടെടുത്ത് പ്രസിദ്ധീകരിക്കുന്ന സ്ത്രീപക്ഷകവിതകൾ ഇതിന്റെ അഭേദ്യഭാഗം തന്നെയാണ്.

■

അമ്മയുടെ സാന്നിദ്ധ്യം പട്ടാന്നൂരിന്റെ '*അമ്മ* കവിതകളി'ൽ മാത്രം ഒതുങ്ങുന്നതല്ല. കുഞ്ഞപ്പ പട്ടാന്നൂരിന്റെ കവിതാജീവിതത്തിന്റെ അടിവേരുകൾ എന്നും അമ്മയെ അന്വേഷിക്കുന്നു. പട്ടാന്നൂർകവിതയുടെ ഭൂപടം നോക്കുക: നർമ്മദയിലും നിളയിലും പുഴകളിലും കടലിലും ഭൂമിയിലും കുന്നുകളിലും മേഘത്തിലും മഴയിലും കാറ്റിലും അമ്മയുണ്ട്. തോറ്റംപാട്ടിലും വടക്കൻപാട്ടിലും താരാട്ടു പാട്ടിലും തിറകളിലും കലാലയത്തിലും വീട്ടിലും നാട്ടിലും വയലുകളിലും അമ്മയുണ്ട്. നിലവിളികളിൽ, പിൻവിളികളിൽ, ഗദ്ഗദങ്ങളിൽ, കണ്ണീരിൽ, ചിരിയിൽ, അലർച്ചയിൽ, പ്രതിജ്ഞയിൽ, ബോധനത്തിൽ, പ്രതീക്ഷയിൽ, ഉൽക്കണ്ഠയിൽ, ഓർമ്മയിൽ, വേർപാടിൽ, അടുപ്പത്തിൽ അമ്മയുടെ ബിംബം നിറഞ്ഞുനിൽക്കുന്നു. ജൈവപരമായി ഒഴിവാക്കാനാവാത്ത ഒരു സാന്നിദ്ധ്യമായി അമ്മ കവിതകളിൽ എന്നും ഇടം നേടുന്നു. ഒരിക്കലും ഛേദിക്കപ്പെടാൻ കൂട്ടാക്കാത്ത പൊക്കിൾകൊടി ബന്ധമായി ഇതു രൂപപ്പെടുന്നു. 'അവസാന കവിത'യെഴുതി ഒരു നിമിഷം കൊണ്ട് അവസാനിപ്പിക്കാവുന്നതല്ല അത്.

പട്ടാന്നൂരിന്റെ കവിതാജീവിതത്തിന്റെ ആദ്യദുഃഖം അമ്മയുടെതാണ്. ദുരിത വർത്തമാനത്തിന്റെ ആദ്യത്തെ ഇരയും അമ്മതന്നെ. അമ്മയോടുള്ള പ്രതിബദ്ധതയാണ് വിമോചനം അനിവാര്യമാക്കുന്നത്. വിമോചനത്തിന്റെ ആദ്യലക്ഷ്യം അമ്മയെ വീണ്ടെടുക്കലാകുന്നു.

വർത്തമാനക്കെടുതികളുടെ ബിംബമായ ഒരു അമ്മയും കുരുതികളുടെ ബിംബമായ ഒരു മകനും പട്ടാന്നൂർ കവിതയിൽ അവിരാമമായി പുനർ ജനിക്കപ്പെടുന്നു. വീട് വിട്ടുള്ള മകന്റെ യാത്ര അമ്മയുടെ മോചന യുദ്ധത്തിനു വേണ്ടിയാകുന്നു. വീടിന്റെയും നാടിന്റെയും ലോകത്തി ന്റെയും മോചനം അമ്മയുടെ മോചനത്തിൽനിന്ന് ആരംഭിക്കുന്നു.

അന്തിമമായി തിരിച്ചുവരുമെന്ന പ്രതിജ്ഞയും ഹിംസാത്മകമായ പ്രതികാരവും കവിതയിലെ മകനെ ആദിമ ഗൗതമനിൽനിന്ന് വ്യത്യസ്തനാക്കുന്നു. സ്വയം കുരുതിക്കുള്ള സന്നദ്ധതയും ഒരിക്കലും ഉറവ വറ്റാത്ത കാരുണ്യവും യഥാർത്ഥ ഗൗതമനെ ശക്തമായി അനു സ്മരിപ്പിക്കുകയും ചെയ്യുന്നു. ചരിത്രം അനിവാര്യമാക്കിത്തീർക്കുന്ന വർഗ്ഗസംഘർഷങ്ങളെ പട്ടാന്നൂർകവിത തീവ്രമായ ആന്തര സംഘർഷ ങ്ങളാക്കി പരിണമിപ്പിക്കുകയാണ്.

"അമ്മേ നിലവിളിപ്പാടത്തുവെച്ചു ഞാൻ
പുല്ലാങ്കുഴലുകൾ ദൂരെക്കളഞ്ഞവൻ
പടയൊരുക്കങ്ങൾക്കു തീറ്റ കൊടുക്കുവാൻ
പാടുന്ന പക്ഷിയെ കൊന്നു കളഞ്ഞവൻ
'പാവമാം ഞാ'നെന്നു പാടിക്കരയുവാൻ
പണ്ടേ മറന്നവൻ..."

(ഇക്കൊടും വർത്തമാനത്തിനു സാക്ഷിയായ് നിൽക്കുന്നൊരമ്മേ!)

നഷ്ടപ്പെട്ട പുല്ലാങ്കുഴലിനെക്കുറിച്ചും കൊന്നുകളഞ്ഞ പാടുന്ന പക്ഷിയെക്കുറിച്ചുമുള്ള കാല്പനികരുടെ പഴമ്പാട്ടുകളല്ല, ഗംഭീരമായ പടയൊരുക്കത്തിന്റെ കാഹളമാണ് പട്ടാന്നൂരിന്റെ അമ്മ മകനിൽ നിന്ന് ആവശ്യപ്പെടുന്നത്.

"പുഴകളിൽ പണ്ടു തിമർത്തു മദിച്ചവൻ
കടലിന്റെ കാഹളം കേൾക്കുകയാണ് ഞാൻ
പ്രണയവും പൂക്കളും കൊണ്ടു നടന്നവൻ
പ്രേതക്കുഴികളിൽ മുങ്ങുകയാണ് ഞാൻ
പുലരിതൻ പാട്ടുകൾ മൂളിക്കഴിഞ്ഞവൻ
പടനിലത്തൊറ്റക്ക് പോവുകയാണ് ഞാൻ..."

(ഇക്കൊടും വർത്തമാനത്തിനു സാക്ഷിയായ് നിൽക്കുന്നൊരമ്മേ!)

ആലങ്കാരികവും ആചാരപരവുമായ മാതൃ-പുത്രഭാഷണം മാത്രം കേട്ടു ശീലിച്ച വ്യവസ്ഥാനുകൂല മനസ്സുകളിൽ ക്രിയയായും പ്രതി ക്രിയയായും ഉച്ചരിക്കപ്പെടുന്ന വാക്കുകൾ സ്ഫോടനാത്മകമായി പൊട്ടിത്തെറിക്കുക തന്നെ ചെയ്യും.

"നീയാണിവിടെ ചുരമാന്തിയ ചുടലപ്പോതി-
ക്കൊരു പ്രതികാരം
നീയാണിവിടെ കുരുതിച്ചോര കുടിച്ച കിരാത-
ങ്ങൾക്കൊരു പരിഹാരം"

(നാളെയുടെ പുത്രാ!)

"ദുരിതങ്ങളമ്മേ മുടിയഴിച്ചാടുവാൻ നേരമായീ
ദുഃഖങ്ങളമ്മേ മുലപറിച്ചെറിയുവാൻ നേരമായ്......നേരമായീ....."

"അമ്മേ, ദുരിതങ്ങളൊക്കെക്കഴുത്തറക്കുന്നു ഞാൻ
അമ്മേ, കുരുതികളൊക്കെ തിരിച്ചുവാങ്ങുന്നു ഞാൻ
അമ്മേ!......."

(ഒരു തോറ്റംപാട്ട്)

സർവ്വസംരക്ഷകയുടെയും സർവ്വസംഹാരിണിയുടെയും വിരുദ്ധ ബിംബങ്ങൾ കവിതയിലെ അമ്മയിൽ സന്തുലനം ചെയ്യപ്പെടുന്നു. ഒരേ സമയം കാരുണ്യത്തിന്റെയും ഹിംസയുടെയും വൈരുദ്ധ്യമൂർത്തിയായാണ് മകൻ പിറവിയെടുക്കുന്നത്. അമ്മ/മകൻ ദ്വന്ദ്വം പട്ടാന്നൂർകവിതയെ ആദിമമായ ജൈവബന്ധങ്ങളുടെയും ആധുനികമായ വർഗ്ഗസംഘർഷ ങ്ങളുടെയും വൈരുദ്ധ്യാത്മക വേദിയാക്കി മാറ്റിത്തീർക്കുകയാണ്.

ചുരുക്കത്തിൽ ഒറ്റപ്പദം കൊണ്ട് സൃഷ്ടിക്കുന്ന ഒരു മഹാഖ്യാന മാണ് അമ്മകവിതകൾ. ഇതിഹാസങ്ങളിലും നാടൻപാട്ടുകളിലും തോറ്റംപാട്ടുകളിലും ഗോത്രസ്മൃതികളിലും അതു വേരുകളാഴ്ത്തി നിൽക്കുന്നു. കെടുതികളായി, കനലുകളായി, കുരുതികളായി, രക്ത സാഹോദര്യങ്ങളായി അമ്മയുടെ ബിംബം പട്ടാന്നൂർകവിതകളിൽ രൂപാ ന്തരപ്പെടുന്നു. ജൈവപരമായ ഒരു ബന്ധം രാഷ്ട്രീയബന്ധമായി പരി വർത്തിക്കപ്പെടുന്നു എന്നതാണ് '*അമ്മ* കവിതക'ളെ വ്യത്യസ്തമാ ക്കുന്നത്. ഗാർഹികതയിലേക്കുള്ള തിരിച്ചുവരവല്ല അത്. അതിഭൗതിക ലോകത്തിന്റെ പിൻവിളിയുമല്ല. വർഗ്ഗ രാഷ്ട്രീയത്തോടുള്ള പ്രതിബ ദ്ധത അതിന്റെ പ്രകടമായ സന്ദേശമാണ്. പകർന്നു കിട്ടിയ മുലപ്പാലി നൊപ്പം അതു പട്ടാന്നൂർ കവിതയുടെ രക്തത്തിൽ ആകെ അലിഞ്ഞു ചേർന്നിരിക്കുന്നു. പ്രതിബദ്ധത കവിതയുടെ അടിസ്ഥാന പദാവലി യുടെ ഭാഗമായി മാറുന്നു.

■

പ്രതിബദ്ധതയുടെ ഉറവുകളിൽനിന്നു തന്നെയാണ് പട്ടാന്നൂരിന്റെ '*പ്രണയം* കവിത'കളും '*സ്ത്രീ* കവിത'കളും രൂപം കൊള്ളു ന്നത്. സ്നേഹബന്ധങ്ങളുടെ രാഷ്ട്രീയവൽക്കരണം അനിവാര്യമായ

ഒരു ചരിത്രപ്രക്രിയയായാണ് കവിതയിൽ സംഭവിക്കുന്നത്. പ്രണയബന്ധങ്ങളെയും കുടുംബബന്ധങ്ങളെയും സുഹൃദ്ബന്ധങ്ങളെയും വർഗ്ഗവത്കരിക്കേണ്ടത് സ്ത്രീകുലത്തിന്റെയാകെ വിമോചനത്തിനു വേണ്ടി കൂടിയാണ്. കവിതയുടെ രാഷ്ട്രീയ ദൗത്യത്തിന്റെ ഭാഗമാണിത്. അമ്മയുടെ ബോധനത്തിലെ ആദ്യപാഠത്തോടുള്ള കവിതയുടെ നീതി ചെയ്യലാണ് ഇത്.

നിലനിൽക്കുന്ന മൂല്യവ്യവസ്ഥയുടെ ഉത്പന്നമായ പ്രണയമെന്ന മിഥ്യാലോകത്തെയാണ് '*പ്രണയം* കവിതകൾ' അപനിർമ്മിക്കുന്നത്. ബൂർഷ്വാപ്രണയ സങ്കല്പത്തിന്റെ സ്ഥിരം ചേരുവകളെ അസ്ഥിരപ്പെടുത്തുകയും ശിഥിലമാക്കുകയും ചെയ്യുന്ന കവിതയിലെ അധഃസ്ഥിത പക്ഷ ബലപ്രയോഗങ്ങളാണ് അവ. അയഥാർത്ഥമായ ഒരു ബന്ധത്തിന്റെ രാഷ്ട്രീയമായ യാഥാർത്ഥ്യമെന്തെന്ന് കവിത അന്വേഷിക്കുന്നു.

കണ്ണുകളിലെ നനവൊപ്പുകയും നാഡിമിടിപ്പിൽ നാളെയ്ക്കായ് വെടിയുപ്പ് നിറയ്ക്കുകയും ചെയ്യാനാണ് പ്രണയത്തിന്റെ പുതിയ ഗീതം ആവശ്യപ്പെടുന്നത്. മൃദുഗീതങ്ങൾ ചീന്തിയെറിയപ്പെടേണ്ടവയാണ്. രണഭേരി പകയ്ക്കുന്ന കുരുതിക്കഥയാണ് ഇന്നു പാടേണ്ടത്. ഭൂതകാലത്തിന്റെ കല്ലറയ്ക്കുള്ളിൽ ഉറങ്ങാതെ ഉണർന്നിരിക്കുന്ന പ്രതികാരങ്ങൾ അവസരം കാത്തിരിക്കുന്നു. വർത്തമാനകാലത്തോടുള്ള രാഷ്ട്രീയ ബാദ്ധ്യത നിറവേറ്റാൻ തയ്യാറുള്ളവർ മാത്രം പ്രണയബന്ധത്തിൽ പങ്കാളികളാവാനുള്ള അർഹത നേടുന്നു.

"തടവറ താലോലിക്കും കൊടുപീഡകളിൽ
കണ്ണീരും കാറും കോളും
ക്രോധം കൊള്ളും കടലായ്പ്പാടാൻ
വരുമോ സഖീ?
വരുവാൻ കഴിവുണ്ടെങ്കിൽ
കാലവുമൊപ്പം ഞാനും നിന്നെ
കാത്തേ നില്പൂ!"

(പ്രണയത്തിന്റെ പുതിയ ഗീതം)

ഫാസിസത്തിന്റെ ആപല്ക്കരമായ നിഴലിലാണ് പട്ടാന്നൂരിന്റെ '*പ്രണയം* കവിത'കൾ രൂപമെടുക്കുന്നത്. തൊള്ളായിരത്തി എഴുപത്തിയാറിൽ അമിതാധികാര വാഴ്ചയുടെ കാലത്ത്, കവിത, ഫാസിസ്റ്റ് വിരുദ്ധ ബോധനശാസ്ത്രത്തിന്റെ കലാത്മക രൂപം കൈക്കൊള്ളുന്നു. വിപ്ലവകരമായ ഉദ്ബോധനങ്ങൾ കൊണ്ട് കവിത, ഭീതിയുടെ നിശ്ശബ്ദത ഭേദിക്കുകയാണ്:

"കുട്ടീ,
ഇന്നെല്ലാം മാറിപ്പോയിരിക്കുന്നു.
...... ഈ പുഴയ്ക്ക്
നമ്മുടെ തലമുറയുടെ ചോരയുടെ
നിറമുണ്ടെന്നറിയുമോ നിനക്ക്?
ഈ ശ്വാസവായുവിൽ
ആയിരം വിഹ്വല മാതാക്കളുടെ
അശാന്തരോദനങ്ങൾ
അലമുറയിടുന്നുണ്ടെന്നറിയുമോ നിനക്ക്?"

"ഇതുകൂടി നീ അറിയണം:
നമ്മൾ കാത്തിരുന്ന
ചൈത്രത്തിന്റെ വനവീഥിയിൽ
ഒറ്റമുലച്ചിയായ ഒരു ശിശിരം
കടന്നു വന്നിരിക്കുന്നു,
കുടിലമായി കടന്നു വന്നിരിക്കുന്നു.

എല്ലാം നീ അറിയണം
എല്ലാം."

(പ്രവാസത്തിന്റെ അവസാനത്തിൽ)

ജീർണ്ണ സങ്കല്പങ്ങളെല്ലാം ഇവിടെ കൈയൊഴിക്കപ്പെടേണ്ടവയാണ്. നിലാവുകളും കിനാവുകളും യാഥാർത്ഥ്യങ്ങളോട് ഒത്തുപോവില്ല. ഓർമ്മകളും കാമനയും നിശാഗീതികളും നൊമ്പരവും പുഴയോളത്തിലുപേക്ഷിച്ച് ദൂരെ തെരുവിലെത്തിച്ചേരുകയാണ് പ്രണയബന്ധങ്ങൾ:

"ദൂരെത്തെരുവുകളിൽ
നമ്മെ കാത്തുവിളിക്കും പ്രിയമുള്ളവരുടെയരികത്തെത്താൻ
എന്റെ സഖി,
നമ്മളൊരുങ്ങുക.
പ്രിയമുള്ളവരുടെയരികത്തെത്താൻ
അവരുടെ സംഘമഹാബോധത്തിന്നുടയവരാകാൻ
എന്റെ സഖി,
നമ്മളൊരുങ്ങുക
നമ്മളൊരുങ്ങുക."

(പ്രവാസത്തിന്റെ അവസാനത്തിൽ)

ഉറക്കുപാട്ടുകളുടെ അവസ്ഥയിൽ നിന്ന് ഞെട്ടിച്ചുണർത്തുന്ന ഉണർത്തു പാട്ടുകളായി രൂപാന്തരപ്പെടുകയാണ് *പ്രണയം* കവിതകൾ.

വെയിലും വിയർപ്പും പഥ്യമായിത്തീരുന്ന വർത്തമാനകാലത്തിന്റെ തുയിലുണർത്തുപാട്ട് ഇവിടെ ഉയരുന്നു:

> "ഇന്നിന്നിടവഴിതോറും കുരുതിക്കളമെഴുതും
> വെയിലുകളേ വരു, വേർപ്പുകളേ വരു!"
>
> (പ്രണയത്തിന്റെ പുതിയ ഗീതം)

പുതിയൊരു സൗന്ദര്യശാസ്ത്രത്തെ *പ്രണയം* കവിത സാധ്യമാക്കിത്തീർക്കുന്നുണ്ട്. മൃദു പ്രതലങ്ങളും ഏകാന്ത ദുഃഖങ്ങളും നിറക്കൂട്ട് ഭംഗികളും ഉന്മത്ത ഗന്ധങ്ങളും അതിന് അന്യമാണ്. പകരം കടലിരമ്പങ്ങളും പർവ്വതശിഖരങ്ങളും ആൾക്കൂട്ടപ്പെരുവഴികളും കുരുതി മഴകളുമാണ് *പ്രണയം* കവിതയുടെ സൗന്ദര്യബോധത്തെ നിർണ്ണയിക്കുന്നത്. പട്ടാന്നൂരിന്റെ കവിതയിൽ പ്രണയം ഒരു തീനടപ്പ് തന്നെയാണ്. വർത്തമാനകാല വ്യവസ്ഥയ്ക്ക് തീക്കൊളുത്തുകയെന്ന മൗലികമായ ദൗത്യം *പ്രണയം* കവിത നിർവഹിക്കുന്നു.

■

ഹിംസ, ഒരു രാക്ഷസീയ ശക്തിയായി പട്ടാന്നൂർകവിതയിലെ സ്ത്രീജീവിതങ്ങളെ എന്നും വലയം ചെയ്യുന്നു. ചൂഷണ വ്യവസ്ഥയെ നിർദ്ദയം നിലനിർത്തുന്ന മൃഗീയശക്തിയായാണ് അതു പ്രവർത്തിക്കുന്നത്. വർഗ്ഗവത്കൃതമായ പുതുകുടുംബത്തിന്റെ പിറവി ബലാൽക്കാരമായി തടയപ്പെടുന്നു. സ്ത്രീയുടെ ഭൗതികവും സർഗ്ഗാത്മകവുമായ എല്ലാ ആവിഷ്ക്കാരങ്ങൾക്കും അതു തടയിടുന്നു. ഹിംസയുടെ ബിംബങ്ങൾക്ക് സ്വച്ഛന്ദം വിഹരിക്കാനുള്ള മേച്ചിൽപ്പുറങ്ങളാക്കി അതു സ്ത്രീജീവിതങ്ങളെ മാറ്റിത്തീർക്കുന്നു.

"പുതിയ വ്യവസ്ഥയെ ഗർഭം ധരിച്ച ഏതൊരു പഴയ സമൂഹത്തിലും ഹിംസ ഒരു വയറ്റാട്ടിയായി പ്രവർത്തിക്കുന്നു. സ്വയമേവ അത് ഒരു സാമ്പത്തിക ശക്തിയാണ്." (മൂലധനം, ഒന്നാം വാല്യം)

കോളണി രാജ്യങ്ങളിൽ നടത്തിയ ക്രൂരമായ ഉന്മൂലന യുദ്ധങ്ങളും തത്ത്വദീക്ഷയില്ലാത്ത വെട്ടിപ്പിടുത്തങ്ങളും അടിമക്കച്ചവടവും പിടിച്ചുപറിയും കൊലപാതകങ്ങളും മുതലാളിത്ത വ്യവസ്ഥയുടെ പുതുപിറവിക്കു കാരണമായതെങ്ങനെയെന്നു വിവരിക്കുകയാണ് മാർക്സ്. ഇന്ന് സാമ്രാജ്യത്വ ആഗോളീകരണം ഇതിനു വിപരീതമായ ദിശയിൽ ഭാവി വ്യവസ്ഥയുടെ രൂപീകരണത്തെ ഭ്രൂണാവസ്ഥയിൽത്തന്നെ ഇല്ലാതാക്കുകയാണ്. കോളണിവൽക്കരിക്കപ്പെട്ട അടിമ ഭൂഖണ്ഡങ്ങളുടെ അവസ്ഥയിലാണ്, സ്ത്രീജീവിതങ്ങൾ. പട്ടാന്നൂരിന്റെ

സ്ത്രീകവിതകൾ, 'രക്തത്തിന്റെയും അഗ്നിയുടെയും അക്ഷരങ്ങൾ കൊണ്ട്' രചിക്കപ്പെടുന്ന സാഹചര്യം ഇതിനാൽ ഉണ്ടാകുന്നു.

ഹിംസയുടെ അവസാനമില്ലാത്ത ബിംബ പരമ്പരകൾ അമ്പരപ്പിക്കുന്ന രൂപഭേദങ്ങളിലാണ് പട്ടാന്നൂരിന്റെ കവിതാവിസ്തൃതിയിലാകെ വ്യാപിച്ചിരിക്കുന്നത്. 'തല കറുത്ത ചീങ്കണ്ണികൾ കൂത്താടുന്ന തീരമില്ലാത്ത തടാകത്തിന്റെ തടവുകാരി'യായി പ്രത്യക്ഷപ്പെടുന്നു 'മൂന്നു ജീവിതങ്ങളി'ലെ ശ്യാമ. കിനാവുകളിൽ കറുത്ത മലയട്ടകൾ കടന്നു കയറുന്നത് സുലേഖ അറിയുന്നേയില്ല. പകലുകളിൽ നടന്നെത്തുന്ന നീരാളിജീവികളെക്കുറിച്ച് ഒരച്ഛൻ മകൾക്കു മുന്നറിയിപ്പ് നൽകുന്നു. കാട്ടുജന്തുവിന്റെയും കാർക്കോടകന്റെയും കാട്ടുപക്ഷിയുടെയും രൂപങ്ങൾ കൈവിട്ട് 'സുന്ദരനും സുസ്മിതനും സുകുമാര കളേബരനും സർവ്വാലങ്കാര വിഭൂഷിതനുമാണ്' ഇന്നിര തേടുന്നവൻ. മുച്ചുവടിൽ പാതാളം, പാതാളവഴികളിൽ വേതാളം, വേതാളഭീകരൻ കോർക്കുന്ന ചൂണ്ടയിൽ വീണുപോകാനിടയാകുന്ന അവസ്ഥ - അച്ഛന്റെ ബോധനം തുടർന്നു കൊണ്ടേയിരിക്കുന്നു:

"ആഭിചാരങ്ങളുറഞ്ഞുതുള്ളും
വേദിയാണിന്നു ജീവിതം
താതകണ്വനും കണ്ണടച്ചിരുട്ടാക്കും
പ്രേതായനമിന്നു കാലയാപനം."

(ഒരച്ഛൻ മകളോട് - എന്റെ മകൾ സൂര്യയ്ക്ക്)

പേനായ്ക്കളാൽ നക്കി മാറ്റപ്പെട്ട നിറവുകൾ, എച്ചിലുകളാൽ കൂമ്പാരമാക്കപ്പെട്ട നിനവുകൾ. ഉറവുകളിൽ കൊല ചെയ്യപ്പെട്ട കന്യാജലം - 'സുകന്യയുടെ നേരങ്ങളു'ടെ ബാക്കിപത്രം ഇത്രയുമാണ്. കോമ്പല്ലുകളിൽ ക്രൂശിക്കപ്പെട്ട നിലാവുകൾക്ക് അവൾ അവകാശിയായിത്തീരുന്നു.

"തുടലില്ലാത്ത വേട്ടനായ്ക്കൾ
തിമർക്കുക തന്നെയാണിപ്പൊഴും"

"കണ്ണില്ലാത്ത കാട്ടുജന്തുക്കൾ
കേളികൾ തുടരുക തന്നെയാണിപ്പൊഴും"

(സുകന്യയുടെ ഈ നേരങ്ങൾ - സൂര്യനെല്ലിയിലെ
പെൺകുട്ടിക്കും സമാന ജീവിതങ്ങൾക്കും വേണ്ടി)

'അവൾ' ഒറ്റയ്ക്കു തെരുവിലൂടെ പോകുമ്പോൾ ചെന്നായ ഇര തേടി പിന്തുടർന്നെത്തുന്നു. പുഴ കടന്ന് അക്കരെപ്പോകുമ്പോഴും

കടലിലെ പാറയിൽ ചെന്നായ 'അവളെ' കാത്തിരിപ്പുണ്ട്. (അവളുടെ വഴിയിൽ അവൻ).

അദ്ധ്വാനശക്തിയുടെ യഥാർത്ഥ ഉടമകളെ മുതലാളിത്ത മൂലധന വ്യവസ്ഥ അന്യവത്ക്കരണത്തിലേക്കു തള്ളിയകറ്റുന്നുവെന്ന് മാർക്സ് എഴുതുന്നു (സാമ്പത്തികവും ദാർശനികവുമായ കുറിപ്പുകൾ, 1844), സ്ത്രീകവിതകളിലെ അരക്ഷിതത്വം മാർക്സിന്റെ വാക്കുകളെ ഇന്ന് വീണ്ടും അന്വർത്ഥമാക്കിത്തീർക്കുന്നു. ഈ അവസ്ഥയുടെ ഉറവിടമേതെന്നും പ്രതിരോധവഴികളെന്തൊക്കെയെന്നും പട്ടാന്നൂർകവിത അന്വേഷിക്കുന്നു.

"സുകന്യ,
നീ വേണം!
ഒറ്റച്ചിലമ്പിൽ ഇനിയുമൊരു പ്രതികാരവേഗം
കണ്ണീർതിരകളിൽ ഇനിയുമൊരു കപ്പൽച്ചേതം
ചോരത്തറകളിൽ ഇനിയുമൊരു കാളിത്തോറ്റം

(സുകന്യയുടെ ഈ നേരങ്ങൾ)

സ്ത്രീയുടെ അന്യവൽക്കരണത്തിന്നെതിരെയുള്ള ബോധന പ്രതിക്രിയകൾ, സ്ത്രീപക്ഷ രചനകളെ സ്വയം ഒരു സാമൂഹ്യ പ്രതിരോധ ശക്തിയാക്കി മാറ്റിത്തീർക്കുന്നുണ്ട്.

ഐതിഹാസിക മാനങ്ങളുള്ള സംഘമിത്ര പരമ്പരയിലെ കവിതകളെക്കുറിച്ച് എഴുതാതെ യഥാർത്ഥത്തിൽ പട്ടാന്നൂരിന്റെ സ്ത്രീപക്ഷ രചനകളെക്കുറിച്ചുള്ള പ്രബന്ധം പൂർണ്ണമാകുന്നില്ല. മറ്റൊരു വിശദമായ പ്രബന്ധത്തിന്റെ അന്വേഷണ വിഷയമാണതെന്ന് സൂക്ഷ്മമായ വായന നമ്മെ ബോദ്ധ്യപ്പെടുത്തും. ഇപ്പോൾത്തന്നെ പതിവിലധികം ദീർഘിച്ചു പോയിരിക്കുന്ന ഈ പ്രബന്ധം സൂക്ഷ്മമായ കവിതാവായന കൊണ്ടു മാത്രം പൂർണ്ണമാകേണ്ടതാണ്.

■

ലിംഗകേന്ദ്രിതങ്ങളായ 'മുഖ്യധാരാ' പെണ്ണെഴുത്തുകളിലെ ആത്മഭാഷണങ്ങളുടെ അവസ്ഥയിൽ നിന്ന് വർഗ്ഗകേന്ദ്രിതങ്ങളായ പട്ടാന്നൂരിന്റെ സ്ത്രീപക്ഷ രചനകളിലെ സാമൂഹ്യ ഭാഷണങ്ങളുടെ അവസ്ഥയിലേക്കുള്ള പോരാട്ട കവിതയുടെ പരിണാമം, വാനരനിൽ നിന്ന് നരനിലേക്കുള്ള മനുഷ്യന്റെ പരിണാമപ്രക്രിയയെയാണ് ശക്തമായി ഓർമ്മിപ്പിക്കുന്നത്. ■

ഉള്ളടക്കം

പെയിന്റിംഗ്: രബീന്ദ്രനാഥ ടാഗൂർ

ഭാഗം ഒന്ന്

അമ്മ കവിതകൾ

ഇക്കൊടും വർത്തമാനത്തിനു സാക്ഷിയായ് നിൽക്കുന്നൊരമ്മേ!

പാറകൾ കത്തുന്ന വേനൽപ്പുഴകളിൽ
കാറ്റിന്റെ സാന്ത്വനസ്പർശനം പോലെയെ-
ന്നോർമയിൽ തിരയടിച്ചെത്തുന്നൊരമ്മേ,
തോരണം തീർക്കും നിലാവുകൾ
നർമദാതീരത്തു പാടും മുകിലുകൾ
യമുന തൻ നെഞ്ചിലെ നീലക്കടമ്പുകൾ എല്ലാം
ഇന്നെങ്ങോ മറഞ്ഞുപോയമ്മേ!

കാറ്റിന്റെ കണ്ഠത്തലിടറുന്ന ദീപങ്ങൾ
പകയിൽ കുരുങ്ങിപ്പിടയുന്ന പൂവുകൾ
ഇതുമാത്രമിന്നെന്റെ വർത്തമാനത്തിന്റെ
കഥയെന്നു വരികയോ?
അമ്മേ, ഇതേതാണ് പാതാളലോകം?
ഭൈരവീനാദം മുഴക്കുന്നതാരുടെ ഭീതികൾ?
പാതിയടയുന്ന വാതായനങ്ങളിൽ
ആരുടെ കത്തുന്ന കണ്ണുകൾ?
ചോരും പകലിന്റെ കൃഷ്ണമണികളിൽ
ഏതു കരുത്തന്റെ ഖേദക്കിനാവുകൾ?
അമ്മേ, തരിശ്ശായി മാറുന്ന ഭൂമിതൻ ദുരിതമൗനങ്ങളിൽ
ഒരു താരാട്ടു പോലെന്റെ സ്വാന്തങ്ങളിൽ വന്നു-
നിറയുന്ന ഗദ്ഗദം
ഈ ശീതരാത്രിയാണമ്മേ!
ഒരു കിളിക്കൂടിന്റെ മർമരം
ഒരു നീരൊഴുക്കിന്റെ ആഹ്ലാദമംഗളം
ഒരു പനിനീർപൂവിന്റെ ശോണാർദ്ര ചുംബനം
ഇന്നെന്റെ ഭൂമിയിൽ
വിധുരപ്രതീക്ഷകളമ്മേ!

പണ്ടെന്റെ കൗമാരനാളിൻ പുഴകളിൽ
നീന്തിത്തുടിച്ച മനസ്സിൻ തിമർപ്പുകൾ
കുളമ്പടിയേറും കിരാതമീ ഭൂമിയിൽ
കത്തിക്കെടുന്ന കിനാവുകളമ്മേ!
പ്രേതങ്ങളെന്നും പതുങ്ങി നടന്നവരാണെന്റെ പാതയിൽ
ഇന്നവർ പിന്നെയും
ആർഭാടഘോഷം മുഴക്കി ഞെളിഞ്ഞു നടക്കുന്ന-
തെന്റെ കൺമുന്നിലാണമ്മേ!
ചകിതനായ് ഞാനെന്റെ നിദ്രതൻ കൂടുവി-
ട്ടുണരുന്ന രാവിന്റെ നീലക്കയങ്ങളിൽ
ആരുടെ തേങ്ങുന്ന താരാട്ടു പാട്ടിലെൻ
നോവുകൾ പൂവായ് തുടുക്കുന്നതമ്മേ?
ഒരു തണൽസ്വപ്നവും തേടി ഞാനൊറ്റയ്ക്കു
പകലിന്റെ പാതയിൽ വെയിലേറ്റുപോകവെ
ചിറകടിച്ചെത്തിയെൻ പ്രാണന്റെ തളിരുകൾ
കൊത്തിയെടുക്കുന്നതാരുടെ സ്നേഹമാണമ്മേ?

അമ്മേ, നിലവിളിപ്പാടത്തുവെച്ചു ഞാൻ
പുല്ലാങ്കുഴലുകൾ ദൂരെക്കളഞ്ഞവൻ
പടയൊരുക്കങ്ങൾക്ക് തീറ്റ കൊടുക്കുവാൻ
പാടുന്ന പക്ഷിയെ കൊന്നുകളഞ്ഞവൻ
'പാവമാം ഞാ'നെന്നു പാടിക്കരയുവാൻ
പണ്ടേ മറന്നവൻ.............

പുഴകളിൽ പണ്ടു തിമർത്തു മദിച്ചവൻ
കടലിന്റെ കാഹളം കേൾക്കുകയാണ് ഞാൻ
പ്രണയവും പൂക്കളും കൊണ്ടു നടന്നവൻ
പ്രേതക്കുഴികളിൽ മുങ്ങുകയാണ് ഞാൻ
പുലരിതൻ പാട്ടുകൾ മൂളിക്കഴിഞ്ഞവൻ
പടനിലത്തൊറ്റക്ക് പോവുകയാണ് ഞാൻ...

സ്വപ്നങ്ങളെന്നും കരിന്തിരി കത്തുന്ന
രാവിൽ കുടിലിന്റെ മൺതറത്തിണ്ണമേൽ
ഒറ്റക്കിരുന്നു മുനിയുന്നൊരമ്മേ,
ഈ രാത്രികൾ
സഹനങ്ങളായി കനക്കുന്ന രാത്രികളമ്മേ!
പാറകൾ കത്തുന്ന വേനൽപുഴകളിൽ
കാറ്റിന്റെ സാന്ത്വനസ്പർശനം പോലെയെ-

ന്നോർമയിൽ തിരയടിച്ചെത്തുന്നൊരമ്മേ,
ഈ പകലുകൾ
പൊറുതികേടായിപ്പെരുകും
പകലുകളമ്മേ!...

അമ്മേ,
നിലാവുകൾ
പൂവുകൾ
പക്ഷികൾ
എല്ലാം
കറുത്തും കരിഞ്ഞും ചിറകുകൊഴിഞ്ഞും
കിടക്കുകയാണെന്റെ ഭൂമിയിലമ്മേ!
ഇക്കൊടും വർത്തമാനത്തിനു സാക്ഷിയായ്
നിൽക്കുന്നൊരമ്മേ!

(1985)

നാളെയുടെ പുത്രാ!

ചൈത്രത്തിന്റെ ചിതാഭൂമികളിൽ
ഒരു പൂവായ് കണ്ണുതുറക്കും കുഞ്ഞേ!
ഗാന്ധാരി കരഞ്ഞു മടങ്ങിയ പുത്രവിയോഗ-
മുഹൂർത്തത്തിൽ
വീണ്ടും വില്ലുതൊടുക്കാനുഴറിയ വീര-
മനസ്സാം കുഞ്ഞേ!
നീയാണിവിടെ ചുരമാന്തിയ ചുടലപ്പോതി-
ക്കൊരു പ്രതികാരം
നീയാണിവിടെ കുരുതിച്ചോര കുടിച്ച കിരാത-
ങ്ങൾക്കൊരു പരിഹാരം

ഈ തരിശും താഴ്‌വരയും പുൽമേടുകളും
ഈ പൂക്കാലം കാത്തുകിടക്കും കാവുകളും
ഈ പുഴയോരപ്പുഞ്ചകളും തീരക്കാടുകളും മണിമേടകളും
നിന്റേതാക്കാൻ
നിന്റേതായി ശാശ്വതമാക്കാൻ
വേട്ടക്കൊരു മകനേ
പോരാട്ടത്തിന്നരുമക്കുഞ്ഞേ!
നീയാണീ നാലാം യാമത്തിന്നടിയിലു-
മമ്മക്കാശ കൊടുക്കും ധീരവെളിച്ചം

ഇന്നലെ നഷ്ടപ്പെട്ടതു മുഴുവൻ
ഇന്നിപ്പോൾ നേടിയെടുക്കാൻ
പെറ്റമ്മക്കാണായ്
പൊൻമകനേ നീ മാത്രം!
പെറ്റമ്മക്കാണായ് വന്നു പിറന്ന മഹാ-
ധിക്കാരത്തിൻ കൊടി പേറിപ്പൊരുതാൻ
ഇന്നിപ്പോൾ നീ മാത്രം
പൊൻമകനേ നീ മാത്രം!

(നാളെയുടെ പുത്രാ!
നീ വീണ്ടെടുക്കേണ്ടതു പിന്നെയുമുണ്ട്.)
ഏതോ പാതയിലേതോ കരിനാളിൽ
നഷ്ടപ്പെട്ട പ്രിയങ്കരസ്വപ്നങ്ങൾ
ഏതോ വേളയിലേതോ ചൂളം വിളിയിൽ
നഷ്ടപ്പെട്ട നിയാമക ബോധങ്ങൾ
അതു കൂടി തിരികെയെടുക്കാൻ
ഇന്നിപ്പോൾ നീമാത്രം
പെറ്റമ്മക്കാണായ് വന്നു പിറന്ന മഹാ-
ധിക്കാരത്തിൻ കൊടി പേറിപ്പൊരുതും
പൊൻ മകനേ,
നീ മാത്രം
ഇന്നിപ്പോൾ നീ മാത്രം!

(1978)

ഒരു തോറ്റംപാട്ട്

പടകളിമുറ്റത്ത് കോത്തിരി കത്തുവാൻ നേരമായി
പടനില നായകൻ പടകുടി കേറുവാൻ നേരമായി
അണിയറദീപം കെടുത്തുവാൻ നേരമായി
അരങ്ങത്ത് കൊട്ടുമുഴങ്ങുവാൻ നേരമായി
ദുരിതങ്ങളമ്മേ മുടിയഴിച്ചാടുവാൻ നേരമായീ
ദുഃഖങ്ങളമ്മേ മുലപറിച്ചെറിയുവാൻ നേരമായ്......നേരമായീ......

(പൊലിക പൊലിക പൊലികാ
മലമുകളിൽ ചോരകൊടുത്ത മക്കൾ പൊലികാ..........
പൊലിക പൊലിക പൊലികാ
മേലാളരെ പോരിൽ എതിരിട്ട വീരന്മാർ പൊലികാ.............)
....
....
ചോറും കറിയും വിളമ്പിവെച്ച്
പാതിരാനേരത്തുമെന്നെ നോക്കി
ഉണ്ണാതിരിക്കുന്നൊരെന്റെയമ്മേ
ഉറങ്ങാതിരിക്കുന്നൊരെന്റെയമ്മേ
പടയും കഴിഞ്ഞു ഞാനെത്തുവോളം
പടിവാതിൽ ചാരല്ലേ പെറ്റൊരമ്മേ!
ഓർമ്മതൻ തൊട്ടിലിലെന്നുമെന്നെ
ഉയിരിനാൽ താരാട്ടുമെന്റെയമ്മേ
പടയും കഴിഞ്ഞു ഞാനെത്തുന്നേരം
പടിവാതിൽ ചാരല്ലേ പെറ്റൊരമ്മേ.

കണ്ണീരു കൊണ്ടു വിളക്കു വെച്ചും
കർക്കിടക കൊണ്ടു തിരിയുഴിഞ്ഞും
പടിവാതിൽ ചാരല്ലേ പെറ്റൊരമ്മേ.
പടയും കഴിഞ്ഞു ഞാനെത്തുന്നുണ്ടേ.........
(പൊലിക പൊലിക പൊലികാ
മലമുകളിൽ ചോരകൊടുത്ത മക്കൾ പൊലികാ..........

പൊലിക പൊലിക പൊലികാ
മേലാളരെ പോരിൽ എതിരിട്ട വീരന്മാർ പൊലികാ............)

പടകളിമുറ്റത്തു കോത്തിരി കത്തുന്ന നേരമാണേ
പടകളിനായകൻ പതിനെട്ടടവും പയറ്റുന്ന നേരമാണേ
കാട്ടിൽ പെരുംചൂട്ടു കത്തിപ്പടരുന്ന നേരമാണേ
കതിനാവെടികളുടലിൽ പെരുകുന്ന നേരമാണേ
കുരുതികളമ്മേ തുടക്കടിച്ചലറുവാൻ നേരമായ് നേരമായേ
മറുതകളമ്മേ മറപറ്റിയോടുവാൻ നേരമായ് നേരമായേ..............

(പൊലിക പൊലിക പൊലികാ
മലമുകളിൽ ചോരകൊടുത്ത മക്കൾ പൊലികാ..........
പൊലിക പൊലിക പൊലികാ
മേലാളരെ പോരിൽ എതിരിട്ട വീരന്മാർ പൊലികാ............)
....
....
പടകളിമുറ്റത്തു കോത്തിരി കത്തിക്കെടുന്നൂ
പടനിലനായകൻ പടനിലത്തെത്തിക്കഴിഞ്ഞൂ

പൂഴിക്കടകൻ ചതികൾ പതുങ്ങിയെത്തുന്നൂ
പൂഴിക്കടകൻ കുതികൾ പതറിമാറുന്നൂ

പരിചയും ചുരികയും പോരടിക്കുന്നൂ
സൂര്യനും കാലനും പോരടിക്കുന്നൂ

ഞൊടിയിട ദിക്കുകളെട്ടും കറുത്തിരുളുന്നൂ
ഞൊടിയിട ദിക്കുകളെട്ടും തിളച്ചുരുകുന്നൂ

പെട്ടെന്നു ദിക്കുകളെട്ടും പിളർന്നു കൊണ്ടെത്തീ
പ്രതികാരപുത്രന്റെ ശബ്ദം-

അമ്മേ, ദുരിതങ്ങളൊക്കെക്കഴുത്തറക്കുന്നു ഞാൻ
അമ്മേ, കുരുതികളൊക്കെ തിരിച്ചുവാങ്ങുന്നു ഞാൻ
അമ്മേ!.......

(1980)

അമ്മയ്ക്ക് ഒരു കത്ത്

സ്വന്തം അമ്മയ്ക്ക്..........
അമ്മേ,
ഇന്നലെയും അമ്മയുടെ അനാഥമുഖം
ഞാൻ സ്വപ്നം കണ്ടു.
എഴുപത്തേഴു കഴിഞ്ഞ പ്രായത്തിന്റെ വ്യഥകളിൽ
നിറയുന്ന കണ്ണുകൾ
ഇപ്പോഴും
എന്റെ പീഡകളിൽ നിറയുന്നു അമ്മേ.
വിട പറഞ്ഞു പോരുമ്പോൾ
ഒരിക്കലും നിറയാത്ത അമ്മയുടെ കണ്ണുകൾ
നിറഞ്ഞു തുളുമ്പിയതെന്റെ കരളിലായിരുന്നു അമ്മേ.

ഒരു ഒഴിവുകാല വിനോദമല്ല എനിക്കീ യാത്ര അമ്മേ.
ബാധ്യതകളിൽ നിന്നും ഒഴിഞ്ഞു പോകുന്നവന്റെ
ഭാരമില്ലായ്മയല്ല എനിക്കീ പ്രവാസജീവിതം അമ്മേ...

നീന്തി നീന്തി കരയടുക്കുമ്പോൾ
ഒഴുക്കിലേക്കു തന്നെ വീണുപോകുന്ന ഒരുവന്റെ
നിസ്സഹായതയാണിത് അമ്മേ
നിസ്സഹായതയുടെ നീലക്കടലിലും
തളരാനറിയാത്ത പായക്കപ്പലിന്റെ
പടയേറ്റമാണിത് അമ്മേ.

തീരഭൂമിയുടെ സമൃദ്ധിയിലും നൊമ്പരം തിന്നു-
രാവുകൾ തീർക്കുന്ന
അമ്മയുടെ മനസ്സു വായിക്കുന്ന മകന്റെ
വേദനാ വീർപ്പുകളാണിത് അമ്മേ......

പകൽ മുഴുവൻ മകൻ കുന്നിറങ്ങിവരുന്ന വഴിയിൽ
മിഴി നട്ടിരിക്കുന്ന അമ്മേ
രാവു തീരും വരെ മിഴിനീരുറവെടുക്കും കണ്ണിണകളിൽ

മഴവില്ലുപോലെ മകനെ കിനാവു കാണുന്ന അമ്മേ
മകനിതാ വരികയായി.......

നൊമ്പരം കൊണ്ട്
മഞ്ഞുപാളികൾ ജാലകം തീർക്കുന്ന
രാവറുതികളിൽ
അറുതിയില്ലാത്ത പേക്കിനാവുകളിൽ
പിടഞ്ഞു തളരുന്ന പാവം അമ്മേ
തടവറ തകരും പകരമൊരു സ്വപ്നവുമായ്
മകനിതാ വരികയായി.......

(1985)

അമ്മ

ക്രുദ്ധമിക്കാലത്തിന്റെ മൗസലപർവങ്ങളിൽ
തളർന്നും കുരുക്ഷേത്ര ചിന്തതൻ ചമ്മട്ടിയിൽ
തകർന്നും രഥചക്രവേഗമാം കൊടുംകാറ്റിൽ
പിടഞ്ഞും ചോരച്ചാലു നീന്തിയും നീരാടിയും
പുത്രരാം പ്രിയപ്പെട്ട പാപികൾ വീഴുന്നേരം
വീഴുവാനൊരുങ്ങാതെയിപ്പൊഴും നിൽക്കുന്നു നീ!

കൺകളിൽ ഛായാവൃക്ഷശാഖകൾ തലയറ്റു വീഴവേ
കാതിലോ സ്നേഹോദാരഗീതികൾ മുറിവേറ്റു പാടവേ
കാമിതം കണ്ണീരിന്റെ കായലിൽ കിതയ്ക്കുന്ന
കോളിലും മുനിയുന്ന പാതിരാത്താരം പോലെ
ഇന്നു നീ അമ്മേ.....
(എന്റെ നൊമ്പരം തുളുമ്പുന്നു?)

എപ്പൊഴും സന്ധ്യാകാലമെത്തവേ, പുഴയോര-
ക്കാറ്റുകൾ തേങ്ങിത്തളർന്നെത്തവേ, പഴംകല-
മൊന്നെടുത്തടുപ്പത്തു വെക്കവേ, പുകയൂതി
യൂതി നിൻ കണ്ണിൽ കഷ്ടകാലമോ നിറയുന്നു?
ഭൂമിയിൽ നിശാചരരൂപികൾ വളരുന്ന
ധൂമിലം സന്ധ്യാകാലം മറയും, മറയുമ്പോൾ
ചോര വാർന്നൊഴുകുന്ന പക്ഷികൾ കൊത്തിപ്പറ-
ന്നെത്തുമെൻ പ്രിയപ്പെട്ട മണ്ണിലെ സൂര്യോദയം
തോപ്പിലും തെച്ചിപ്പൂവിൻ ചുണ്ടിലും തുടിക്കുന്ന നാൾവരും
വരു, മന്നു പൂക്കളോടൊപ്പം നിന്നു
ചിരിക്കാനമ്മേ, സ്നേഹമംഗളം
(സ്വസ്തി തേ സൗഖ്യങ്ങളും!)

(1988)

ഈ മഴക്കോളിൽ...

അകലെനിന്നകലെ നി-
ന്നാരവത്തിന്റെ തേരുരുൾ...
ആർത്തലക്കും കടലിന്റെ ഖേദമായ്
ആഞ്ഞുപുൽകും നിശീഥ നിശ്വാസമായ്
ഈ മഴക്കോളിലമ്മയുണ്ട്...

പാതിരാവിന്റെ പാട്ടല്ല....
പാതിദൂരം നടന്നവൻ
പാതിനേരം പകർന്നാടി നിന്നവൻ
പിന്നെയോർത്തോർത്തിരിക്കവേ
കണ്ടുമുട്ടുന്ന കാഴ്ചകൾ, കേൾവികൾ—

കൂമ്പാളയിൽ
കണ്ണുകളുഴിഞ്ഞതും
വാഴക്കുടപ്പനിൽ
തേനുണ്ടുണർന്നതും
ചെളിക്കണ്ടങ്ങളിൽ
ചാലുകീറിത്തുഴഞ്ഞതും...

പകലുറക്കക്കിനാവല്ല—
ദൂരവർഷങ്ങൾ താണ്ടിക്കടന്നവൻ
മേഘജാലകം തള്ളിത്തുറന്നവൻ
കണ്ടുകണ്ടങ്ങിരിക്കാത്ത നേരത്തും
കണ്ണിൽ വന്നു നിറയുന്ന ജീവിതം...

പണ്ടുപണ്ടെന്റെ മാമരച്ചില്ലയിൽ
കാറ്റുകൾ വന്നു കൊത്തിവലിക്കവേ
കൺമണികളിൽ പേടികളിൽ കൂർത്തതും....
തോരാതെ പെയ്യുന്നൊരോർമ്മയിൽ
കുത്തിയൊഴുകുന്ന നൊമ്പരത്തോറ്റമായ്
ഈ മഴക്കോളിലമ്മയുണ്ട്...

ആയുസ്സെനിക്കൊരു-
യാത്രപോകലാ-
ണാരംഭയാത്രയിൽ
യാത്രയാക്കുവാൻ ആരൊരാൾ;
തോണിയില്ലാക്കടവിലെ സന്ധ്യയിൽ
കൂട്ടിരുന്നു മുഷിയുവാൻ ആരൊരാൾ;
കാലമേഘവും കാതോർത്തിരിക്കുന്ന
ഭൂമിയായിത്തരിക്കുവാൻ ആരൊരാൾ;
തീർത്ഥമില്ലാത്ത തീർത്ഥങ്കരകളിൽ
സ്വാസ്ഥ്യമേകി തളിർക്കുവാൻ ആരൊരാൾ;
മുങ്ങിയെല്ലാം മുടിഞ്ഞു പോകുമ്പൊഴും
പുൽക്കിനാവായ് കിതക്കുവാൻ ആരൊരാൾ;
എന്റെ വാഴ്‌വിന്റെ ഖേദങ്ങളൊക്കെയും
പെയ്തൊഴിയുന്ന മേഘങ്ങളാക്കുവാൻ,
ഈ മഴക്കോളിലമ്മയുണ്ട്.......................

(1991)

അമ്മയ്ക്ക്
അവസാന കവിത

പകൽനേരമൊക്കെയും ചിക്കിയും ചേറിയും
വെയിൽ താണ നേരത്തിറയത്തൊരറ്റത്ത്
കുത്തിയിരുന്നു നിനവു നെയ്യാൻ
ഇനിയെന്റെ വീട്ടിലിന്നാരുമില്ല...

കത്താത്ത വിറകിന്റെ പൊറുതികേടുലയവേ
ഓർമ്മകളൂതിപ്പുകയടുപ്പെരിയിച്ച്
പിന്നെയും നീളും നിഴലു നോക്കാൻ
ഇനിയെന്റെ വീട്ടിലിന്നാരുമില്ല...

പാതി വേവാത്ത ചോറും സുതാര്യമാം
സ്വപ്നങ്ങളും സ്നേഹദുരിതങ്ങളും
കിണ്ണങ്ങളെണ്ണി വിളമ്പി വിളിക്കുവാൻ
ഇനിയെന്റെ വീട്ടിലിന്നാരുമില്ല.

ഒച്ചയനക്കങ്ങളേതുമി,ല്ലക്കരെ-
യൊറ്റ വിളക്കും തെളിഞ്ഞു,മില്ലപ്പൊഴും
ഒറ്റയ്ക്കിരുന്നു മുഷിഞ്ഞും,പകൽകിനാ-
വോരോന്നെടുത്തു കൊറിച്ചുകിടന്നും
പാതിരാക്കോഴിയെ കാതോർക്കുവാൻ
ഇനിയെന്റെ വീട്ടിലിന്നാരുമില്ല...

കുരുമുളകുവള്ളികൾ വ്യഥയേറ്റു വാടുന്നു
കമുകുപൂങ്കുലകൾ കുളിരിലും കൊഴിയുന്നു
തൊടിയിലോ പക്ഷികളുടെ പാട്ടും നിലയ്ക്കുന്നു
വാഴക്കുടപ്പനിൽ കണ്ണുനീർ ചോരവേ
വാഴ്വിലിന്നൊരു പഴയ ഫലവൃക്ഷജീവിതം
പോടുകൾ ഏറെ വീണുടയുമൊരു ചിത്രമായ്
ചായുന്നു, നേരമിതു മധ്യാഹ്നമേഘാവൃതം.

പൂടകൾ മുളക്കാത്ത നാൾകളിൽ

തളിരും തേനും മുഗ്ധമോചന സ്വപ്നങ്ങളും
തന്ന പൂമരമെന്റെ അമ്മയാകുന്നു...

പേരറിയാത്ത പുഴകളിൽ
നീലക്കയങ്ങളും താണ്ടി ഞാനെത്തവേ
കരയിലൊരു കൽത്തറ മാത്രം
കാത്തിരിക്കുന്നവൾ
അമ്മയില്ല...........

മൂകവ്യഥകളും മുഖരദുരിതങ്ങളും
കണ്ണിൽ തിളപ്പിച്ച്
കാലയാനവും കാതോർത്തിരിക്കുന്ന
കടവിലൊരു പഥികയായ്
കാത്തിരിക്കുന്നവൾ
അമ്മയില്ല...........

കർമ്മങ്ങളെല്ലാമൊടുങ്ങുന്നു
ഇനി മണ്ണു മണ്ണായി മാറുന്ന
നിർമ്മമ-നിഷ്കപട-നിഷ്കാമകർമ്മം!
ബന്ധങ്ങളെല്ലാമൊടുങ്ങുന്നു
ഇനി നിത്യനിഭൃതമാം മണ്ണിന്റെ
ആലംബരഹിത-ശൂന്യതാഭരിതബന്ധം!

എല്ലാമൊടുങ്ങുന്നു
തീരവും തിരകളും ഹരിതകേദാരവും
എല്ലാമൊടുങ്ങുന്നു
സ്നേഹമേഘങ്ങളും ദൂരയാനങ്ങളും
കാലവേഗങ്ങളും
എല്ലാമൊടുങ്ങുന്നു.........

പൊന്നുകൊണ്ടർച്ചനയില്ല
പൂവുകൊണ്ടർച്ചനയില്ല
ഈ നെഞ്ചിൻ മിടിപ്പുകളേറ്റുവാങ്ങാൻ
പുഴയിൽനിന്നെത്തുന്ന കാറ്റുമാത്രം
ഈ നെറ്റിത്തടത്തിന്റെ ഭാരമേൽക്കാൻ
വേർപ്പു പുരണ്ടൊരീ കല്ലുമാത്രം.

നിലവിളക്കെണ്ണയിൽ നിന്നും
ഒരു തിരിയും കൊളുത്തുന്നതില്ല
പകലിന്റെ നൊമ്പരം പിടയുന്ന തിരകളിൽ

പൊലിയുന്ന സന്ധ്യതൻ നിഴലുമാത്രം...
നോവുകൾ വഴുതുമീ പടവിൽ നിന്നും
ഒരു നിലവിളി പോലുമുടക്കുന്നതില്ല
വറ്റാത്ത ഖേദക്കിണറ്റിൽ നിന്നും
കോരിയെടുത്തൊരീ കണ്ണുനീർ മാത്രം
— ഈ പുതുമണ്ണു കുതിരുവാൻ
അമ്മേ, ഇക്കണ്ണുനീർ മാത്രം...

(1990)

ഭാഗം രണ്ട്

പ്രണയം കവിതകൾ

പ്രണയത്തിന്റെ പുതിയ ഗീതം

എന്റെ നിശാനിനവുകളിൽ
ഇന്നൊരു താരകയല്ലല്ലോ നീ
എന്റെ പകൽക്കാറ്റുകളിൽ
ഇന്നൊരു വാസനയല്ലല്ലോ നീ
എന്റെ കടൽകോളുകളിൽ
ഇന്നൊരു തിരമാലയുമല്ലല്ലോ നീ.

കനലെരിയുമ്പോൾ
കാടുകൾ പൂക്കുമ്പോൾ
കടലല പാടുമ്പോൾ
നിന്നെപ്പറ്റി
നീയാം താരകയെപ്പറ്റി
തരുണവസന്തം പെറ്റ സുഗന്ധത്തെപ്പറ്റി
തിരമാല കനത്ത കിനാവുകളെപ്പറ്റി
പിന്നെയുമെന്തേ ഹൃദയം തുടി കൊട്ടാൻ?

ഏതോ പാഴാകാശവനത്തിൽ
പാതിവിടർന്നു കൊഴിഞ്ഞൊരു പവിഴപ്പൂവല്ലേ നീ?
ഏതോ നീലനിശീഥം
തേങ്ങിയുണർത്തിയ പാവം പല്ലവിയല്ലേ നീ?
ഏതോ താരാട്ടിൻ സൗമ്യത താലോലിച്ചൊരു
താൽക്കാലിക സാന്ത്വനമല്ലേ നീ?

[കണ്ണുകളേ, (....വേണ്ട)
നനവൊപ്പുക:
നാഡിമിടിപ്പിൽ
നാളെയ്ക്കായ്
വെടിയുപ്പു നിറയ്ക്കുക
കാതുകളേ,

മൃദുഗീതം ചീന്തുക:
രണഭേരി പകയ്ക്കും
കുരുതിക്കഥ പാടുക.
പൗരുഷവീര്യം പൊരുതി മരിക്കും
പകലിൻ പാണ്ഡവവീഥികളിൽ
ധീരമനസ്സേ,
ധിക്കാരത്താലിതിഹാസങ്ങളൊരുക്കാൻ
കല്പനയെ-
ക്കുരുഭൂമികളാക്കുക.
ചോരക്കുഴലുകളേ,
കൊന്നും തിന്നും പകിട കളിച്ചും
കാലം ചെന്ന കഴിഞ്ഞ യുഗത്തിൻ
കല്ലറ തോറുമുറങ്ങാതുണരും
പ്രതികാരങ്ങളെ
വീണ്ടുമുണർത്തുക]

താറുരുകും തെരുവുകളൂടെ നടന്നേ പോകേ,
തെരുവുകളുടെ രോഷം ഭൂമി കുലുക്കി,-
ത്താരുണ്യം തടവറ ചാടി, ത്തകരും
മതിലുകളിൽ ചോരവിളക്കുകൾ വിരൽ ചൂണ്ടി-
പ്പൊരുതിപ്പടരും തെരുവിന്നിടവഴിയൂടെ നടന്നേ പോകെ,
എന്റെ നിശാനിനവുകളിൽ
നീയൊരു താരകയാവില്ലല്ലോ.....
എന്റെ പകൽക്കാറ്റുകളിൽ
നീയൊരു വാസനയാവില്ലല്ലോ.....
എന്റെ കടൽകോളുകളിൽ
നീയൊരു തിരമാലയുമാവില്ലല്ലോ.....

[ഇന്നലെ വന്നു ചിരിച്ച നിലാവുകളേ വിട, നിഴലുകളേ വിട!
ഇന്നിന്നിടവഴിതോറും കുരുതിക്കളമെഴുതും
വെയിലുകളേ വരു, വേർപ്പുകളേ വരു!]

എന്റെ ചുകന്ന കിനാവിൻ സമതലഭൂമികളിൽ
തേരു തെളിക്കും സാരഥിയാവാൻ
വരുമോ സഖീ?
എന്റെ മഹാമോഹത്തിൻ കുന്നുകളിൽ
കൊടികളുയർത്തും കാറ്റിൻ ധീരതയാവാൻ
വരുമോ സഖീ?

താരുണ്യത്തിൻ താഴ്‌വര പൂക്കും രാവിൽ
കാലത്തിൻ കാഹളമൊരു കാകളിയാക്കി-
ക്കരളിലുണർത്തിപ്പാടാൻ
വരുമോ സഖീ?
തടവറ താലോലിക്കും കൊടുപീഡകളിൽ
കണ്ണീരും കാറും കോളും
ക്രോധം കൊള്ളും കടലായ്പ്പാടാൻ
വരുമോ സഖീ?
വരുവാൻ കഴിവുണ്ടെങ്കിൽ
കാലവുമൊപ്പം ഞാനും നിന്നെ
കാത്തേ നില്പൂ!

(1974)

പ്രവാസത്തിന്റെ അവസാനത്തിൽ

പ്രവാസത്തിന്റെ ഇലകൾ കൊഴിഞ്ഞുതീരുന്ന
ഈ വേനൽസന്ധ്യയിൽ
ഇവിടെ വീണ്ടും ഞാനും ഈ പുഴയും.
ഈ പുഴയോരത്തെ ശ്മശാനപുഷ്പങ്ങൾ പോലെ
എന്റെ ഓർമകൾ.
ഓർമകളിൽ നീയും നിന്നെക്കുറിച്ചുള്ള സ്വപ്നങ്ങളും
സ്വപ്നങ്ങളിൽ
പോയ പുലർകാലത്തിന്റെ പൂഴിപ്പരപ്പും
കൗമാരത്തിന്റെ വെള്ളാരങ്കല്ലുകളും
കുട്ടീ,
ഇന്ന് എല്ലാം മാറിപ്പോയിരിക്കുന്നു...

അന്നെന്റെ മോഹം പോലെ
ഈ പുഴയുടെ സംഗീതം.
ഇന്നു പുഴയുടെ സംഗീതം
പഴയ സംഗീതമല്ല.
അന്നെന്റെ ആഹ്ലാദംപോലെ
ഈ പുഴയുടെ ഓളങ്ങൾ
ഇന്നു പുഴയുടെ ഓളങ്ങൾ
പഴയ ഓളങ്ങളല്ല.
പ്രവാസത്തിന്റെ പക്ഷികൾ പറന്നുപോകുന്ന
ഈ ഋതുസന്ധ്യയിൽ
നാവുമുറിഞ്ഞ ഗാനം ചിറകടിക്കുന്ന ഈ വാനം
എന്റെ മനസ്സാകുന്നു...
ഏതോ തടവറയിൽ തകരുന്ന മാംസപേശികളുടെ
ചുകന്ന രോദനത്തിന്റെ തീനാളം
എന്റെ ഹൃദയമാണിന്ന്...........
ശാന്തിമന്ത്രം മാത്രം ഉരുക്കഴിച്ചു ശീലിച്ച

എന്റെ പുഴയുടെ
അറിയാത്ത അടിയൊഴുക്കുകൾ
ഏതോ തയ്യാറെടുപ്പിന്റെ ശാന്തമല്ലാത്ത
ശബ്ദമില്ലാത്ത മുന്നേറ്റമാണിന്ന്..........

കുട്ടീ,
ഇന്നെല്ലാം മാറിപ്പോയിരിക്കുന്നു.
നമ്മുടെ പഴയകാലവും നമ്മുടെ പഴയ
സ്വപ്നങ്ങളും നമ്മുടെ പഴയ
ഓർമകളുടെ നിറങ്ങൾ പോലും
ഇന്നു മാറിപ്പോയിരിക്കുന്നു......
ഈ പുഴയ്ക്ക്
നമ്മുടെ തലമുറയുടെ ചോരയുടെ
നിറമുണ്ടെന്നറിയുമോ നിനക്ക്?
ഈ ശ്വാസവായുവിൽ
ആയിരം വിഹ്വല മാതാക്കളുടെ
അശാന്തരോദനങ്ങൾ
അലമുറയിടുന്നുണ്ടെന്നറിയുമോ നിനക്ക്?

ഈർപ്പമുള്ള ഈ മണ്ണിന്റെ നിലവറയിൽ
അരിവാളുകൾക്കുയിരിന്റെ
മൂർച്ച നൽകി കാത്തിരിക്കുന്ന
ആയിരം കന്യകമാരുണ്ടെന്നറിയുമോ നിനക്ക്?
എല്ലാം
നീ അറിയണം,
എന്റെ സ്വപ്നങ്ങൾക്കു കൂട്ടുകാരിയാവാൻ
എന്റെ ധിക്കാരങ്ങൾക്കു പങ്കുകാരിയാവാൻ
ഈ വർത്തമാനത്തിന്റെ പുത്രിയാവണം നീ.
ഈ വർത്തമാനത്തിന്റെ പുത്രിയാവാൻ
നീ എല്ലാം അറിയണം

[ഓമനേ,
നമ്മൾ കൊരുക്കാൻ കൊതിച്ച
കിനാവിന്റെ മാലകൾ
പാടെ മറക്കുക.
നീലനിലാവും നിഴൽവീണ പാതയും
പാതയോരത്തെ മധുരമധുരമാം

കാത്തിരിപ്പിന്റെ നിറങ്ങളും
പാടെ മറക്കുക.]

ഇതുകൂടി നീ അറിയണം:
നമ്മൾ കാത്തിരുന്ന
ചൈത്രത്തിന്റെ വനവീഥിയിൽ
ഒറ്റമുലച്ചിയായ ഒരു ശിശിരം
കടന്നു വന്നിരിക്കുന്നു,
കുടിലമായി കടന്നു വന്നിരിക്കുന്നു.

എല്ലാം നീ അറിയണം
എല്ലാം.

(1976)

അവബോധം

ഒരോർമക്കുറിപ്പിന്റെ ഈർപ്പമുള്ള ലാഘവത്തോടെ
നിന്നെക്കുറിച്ചു ഞാൻ പാടില്ല.
ഒരുന്മാദത്തിന്റെ വിവശവന്ധ്യമായ ആവേശത്തോടെ
നിന്നെക്കുറിച്ചു ഞാൻ പാടില്ല.

നിര്യാതമായ നാലായിരം വർഷത്തിന്റെ നാദങ്ങൾ
കാതിൽ കുളമ്പടിക്കുമ്പോൾ
നേരില്ലാത്ത നൂറായിരം കഥയുടെ കാപട്യങ്ങൾ
കരളിൽ ചിതയൊരുക്കുമ്പോൾ
നിന്നെപ്പറ്റി വെറുതെ പാടിപ്പഴകാൻ
എനിക്കു നേരമില്ലല്ലോ.
മരിച്ചവരുടെ സ്മാരകമന്ദിരങ്ങളിൽ
ഷണ്ഡന്മാർ
യക്ഷിണിക്കു പൂജയൊരുക്കുമ്പോൾ
വേനലവസാനിക്കാറായ പുണ്യഭൂമിയിൽ
ധീരന്മാർ
കാലവർഷത്തിന്റെ ഗീതം മുഴക്കുമ്പോൾ
മരിച്ചിട്ടില്ലാത്തവരുടെ ഭാഗധേയത്തിന്റെ
വിളക്കുമാടങ്ങൾ
ആകാശങ്ങളെ കീഴടക്കുമ്പോൾ
ഓമനേ,
നിന്നെപ്പോലും ഞാൻ മറന്നുകൊള്ളട്ടെ.

(1976)

ഹേമന്തം

ഋതുക്കളിൽ എനിക്കു പ്രിയപ്പെട്ട ഹേമന്തം
ഇതാ വന്നെത്തിയല്ലോ
തുലാവർഷത്തിന്റെ കണ്ണീർപാടുകൾ മാഞ്ഞു കഴിഞ്ഞ മുഖത്ത്
നീലാകാശത്തിന്റെ ദീപ്തിയുമായി
ഇതാ ഹേമന്തം വന്നെത്തിയല്ലോ
യൗവനമാർന്ന കമുകിൻ തോപ്പിനോടു സൗഹൃദം പറഞ്ഞ്
നേന്ത്രവാഴക്കൂമ്പുകളുടെ കവിളിൽ ചുംബിച്ച്
ഓർമ്മകളുടെ ജാലകം തള്ളിത്തുറക്കാൻ വരുന്ന
പുലരിക്കാറ്റേ
ഇതാ ഞാനിവിടെത്തന്നെ.

ഈഴവനെ സ്നേഹിച്ച യേശുവിന്റെ പുത്രീ
ഈ ഹേമന്തം നിന്നെപ്പോലെ-
നിന്റെ ഈർപ്പമുള്ള കണ്ണുകളിൽ
ഞാനൊരിക്കലും അവകാശം സ്ഥാപിച്ചില്ലല്ലോ.
മേരിയെന്നും മണിയെന്നും വെളിച്ചമെന്നും വസന്തമെന്നും
പേരിട്ടു വിളിച്ച പെൺകുട്ടീ
ഈ ഹേമന്തം നിന്നെപ്പോലെ-
എല്ലാ പേരുകൾക്കും പ്രിയംവദയായ പേരുകാരീ
നിന്റെ പേരിന്റെ മധുരവും ധീരതയും
ഞാനൊരിക്കലും സ്വന്തമാക്കിയില്ലല്ലോ.
എല്ലാ സ്വപ്നങ്ങൾക്കും സ്വന്തമായ രാജകുമാരീ
രാജകുമാരന്റെ കഥപറഞ്ഞു കടൽക്കരയിൽ
കാറ്റുകൊണ്ടിരുന്നപ്പോഴും
ഞാനെന്റെ സ്വപ്നം നിനക്കു പങ്കുവച്ചില്ലല്ലോ.
കാലത്തിന്റെ ചുഴലികൾ തീരങ്ങളെ കിടിലംകൊള്ളിച്ച്
കിരാതമായി നൃത്തമാടിയപ്പോൾ
നാം നമ്മുടെ കടത്തുതോണി കാത്തു സൂക്ഷിച്ചില്ലല്ലോ...
ഏതോ തീരത്തിന്റെ നക്ഷത്രഗാനം കേട്ട്

എന്നെ മറന്നുപോയ ഹേമന്തമേ
നിന്റെ സ്വകാര്യമോഹങ്ങൾക്ക്
മറ്റാരിലൂടെയോ സാന്ത്വനം നൽകുന്ന ഹേമന്തമേ
ഞാൻ എന്നെപ്പോലും സഹിക്കാത്ത രാത്രികളിൽ
ആകാംക്ഷയായും വിഷാദമായും പുളഞ്ഞുകിടന്ന്
തിരമാലകളെ നോക്കിനിന്ന രാത്രികളിൽ
ഓടിയിട്ടും ഓടിയിട്ടും തീരാത്ത രാത്രിയുടെ
നെടുംപറമ്പുകളിൽ
ഞാനറിഞ്ഞ ഏകാന്തതയുടെ നാവുകൾ
നീയറിയില്ലല്ലോ...
സ്വപ്നഭംഗങ്ങളുടെ ശവവാഹനങ്ങൾ
എനിക്കു മുന്നിലും പിന്നിലും കൂട്ടുകാരായിരുന്നുവെന്നു
നിനക്കറിയില്ലല്ലോ
എന്റെ ഒരിക്കലും ജനിക്കാത്ത മക്കളെപ്പറ്റി
ഞാൻ വേപഥു കൊള്ളുമ്പോൾ
അകലെ
ഏതോ പുരുഷന്റെ ഏതോ പുത്രനെ താരാട്ടുന്ന നീ
വെറുതെ വ്യാകുലപ്പെടുകയില്ലല്ലോ.

ഈ കനത്ത മതിലുകളിൽ ഒരു വിള്ളലുണ്ടാക്കാൻ
ഈ കോട്ടവാതിലിന്റെ ഒരു ഇരുമ്പഴിയെങ്കിലും
അരംവെച്ചു മുറിക്കാൻ
നീയെനിക്കു കൂട്ടുകാരിയാവുമെന്നാശിച്ചു
നീ കൂട്ടുകാരി ആയില്ലല്ലോ
നീ എനിക്ക് എന്റെ ഗെമ്മ[1]യല്ലല്ലോ
ഞാൻ നിനക്ക് നിന്റെ ആർതറു[2]മല്ലല്ലോ...
കൊയ്തു കഴിഞ്ഞ പാടത്ത് പട്ടം പറപ്പിക്കുന്ന
കളിക്കൂട്ടുകാരായിരുന്നൂ നമ്മൾ
കുന്നുകയറിപ്പോക്കുന്ന ഒറ്റയടിപ്പാതയിൽ
ഒന്നിച്ചുപോകുന്ന സഹപാഠികളായിരുന്നൂ നമ്മൾ
കോളേജ് ഹോസ്റ്റലിൽനിന്നും ഒരേ സ്റ്റോപ്പിൽ
ഒരേ ഗ്രാമത്തിലേക്കു ബസ്സു കയറുന്ന
സഹയാത്രികരായിരുന്നു നമ്മൾ
ഇന്നു നമ്മൾ സഹയാത്രികരല്ലല്ലോ

---

1. 'കാട്ടുകടന്നൽ' എന്ന നോവലിലെ നായിക
2. അതേ നോവലിലെ വിപ്ലവകാരിയായ നായകൻ

എനിക്കെന്റെ കടലുകളിൽ സഞ്ചാരിയാവണമല്ലോ
അറിയാക്കടലുകളുടെ ആധിപത്യം
തേടി ഇറങ്ങിത്തിരിച്ചവന്
പഴയ പച്ചത്തുരുത്തിലേക്കു തിരിച്ചുപോകാനാവില്ലല്ലോ

കവുങ്ങിൻ പൂങ്കുലകളുടെ പിൻകഴുത്തിൽ ചുംബിച്ചു
കടന്നുപോകുന്ന പുലരിക്കാറ്റുകൾ
ഒരു കാലത്തെ ഓർമ്മകളെ മുട്ടിവിളിക്കാൻ
ഇലകളിലിറ്റുവീഴുന്ന മഞ്ഞുതുള്ളികൾ
വയലിലും വാഴയിലകളിലും ചുരന്നുതീരുന്ന നിലാവുകൾ
എല്ലാം എനിക്കുപ്രിയപ്പെട്ടവർ
ഈ ഹേമന്തം എനിക്കു പ്രിയപ്പെട്ടവളാകുന്നു
ഒരു ക്രിസ്തുമസ് അവധിക്കാലത്തെ ഒരു മധ്യാഹ്നത്തിൽ
ഒരു പുഴവക്കത്തെ ആലിംഗനത്തിന്റെ കഥയറിയുന്ന
ഈ ഹേമന്തം
എനിക്കു പ്രിയപ്പെട്ടവളാകുന്നു.

രണ്ട്

കോളേജുജീവിതത്തിന്റെ കുന്നുംപുറത്ത്
കവിസുഹൃത്തായി എനിക്കു വീണുകിട്ടിയ രാമദാസ്
സൗരയൂഥ പഥങ്ങളിൽ ഒന്നിച്ചു സഞ്ചരിച്ചവർ
സുവർണ്ണരേഖ[3]യുടെ തീരത്തെത്താൻ
താരാട്ടുകളെ തള്ളിപ്പറഞ്ഞവർ
ഒരുനാൾ
കിഴക്കുനിന്നു പടിഞ്ഞാറോളം പരന്നുകിടന്ന
നെയ്പ്പുല്ലു മൈതാനത്തിന്റെ തിളങ്ങുന്ന തിരകളിൽ
നമ്മൾ സഞ്ചരിച്ചില്ലേ.
കോളേജുമണി നമ്മെ തിരിച്ചുവിളിച്ചിട്ടും
തിരിച്ചുവരാതെ
പുലരിക്കാറ്റിന്റെ സൗഹൃദശ്വാസങ്ങളിൽ
പ്രഭാതവെയിലിന്റെ വിജയവിഹ്വലതകളിൽ
നമ്മൾ കൂട്ടുകാരായി സഞ്ചരിച്ചില്ലേ
ആ പ്രഭാതവെയിൽ മാഞ്ഞുപോയോ രാമദാസ്?
ആ പുലരിക്കാറ്റ് തിരയടങ്ങിയോ രാമദാസ്?

---

3. സുവർണ്ണരേഖ: 'സുവർണ്ണരേഖ' എന്ന ബംഗാളിലെ നദി

ഏതോ നഗരത്തിൽ ഏതോ ഒറ്റമുറിയിൽ
ഒരു നഗരവാസിയായി
അഥവാ
ഏതോ ആപ്പീസിൽ ഏതോ കൗണ്ടറിൽ
ഒരു ക്ലാർക്കായി കണക്കെഴുത്തുകാരനായി
നീ നിന്റെ സ്വന്തം ജീവിതം ജീവിക്കുമ്പോൾ
നീ എനിക്കു നഷ്ടപ്പെട്ടുകൊണ്ടേയിരിക്കുമ്പോൾ
ഈ ഹേമന്തം
ഈ ഹേമന്തത്തിന്റെ പുലരിക്കാറ്റുകൾ
നിന്നെ വീണ്ടെടുക്കുന്നു.

മൂന്ന്

മനോഹരമായ എല്ലാ കാലത്തിന്റെയും
തിരിച്ചുവരവാണ് എനിക്കീ ഹേമന്തം
മനോഹരമായ എല്ലാ ബന്ധത്തിന്റെയും
ഓർമ്മകളാണ് എനിക്കീ ഹേമന്തം
ചുഴലികളും വറുതികളും കെടുതികളും ക്രൂരതകളും
ഇനിയും തിരിച്ചുവരുമെന്ന് എനിക്കുറപ്പുണ്ട്.
അപ്പോൾ ആ സഹനങ്ങളെല്ലാം പുതിയ മുറിവുകളായി
ഏറ്റുവാങ്ങാൻ
ഹേമന്തം,
നിന്റെ കാതരമല്ലാത്ത സ്നേഹവായ്പുകൾ
എന്നെ കരുത്തനാക്കട്ടെ
നീലമലകൾ
എന്റെ പ്രതീക്ഷകൾപോലെ തിളങ്ങുന്ന ഈ ഹേമന്തം
ചക്രവാളം
രക്തസാക്ഷിയുടെ ചിരിപോലെ തിളങ്ങുന്ന ഈ ഹേമന്തം
മുറിവേൽക്കപ്പെട്ട എന്റെ ഓരോ സ്വപ്നവും
പാലസ്തീൻ പോരാളിയെപ്പോലെ
പ്രതിജ്ഞാബദ്ധനാവുന്ന
ഈ ഹേമന്തം.

(1976)

നമ്മളൊരുങ്ങുക!

ഒരു മുരളികയൂതി വിളിക്കുമ്പോൾ
ഓടിവരാൻ പാടില്ലാത്തവൾ
എന്റെ സഖീ,
നീ
ഒരു രാധികയല്ലല്ലോ.
യമുനയിലാവേഗത്തിൻ തിരയാളുമ്പോൾ
കാനനമാകെ തേടിത്തേടി വിളിക്കും
ആ കൃഷ്ണകുമാരൻ
എന്റെ സഖീ,
ഞാനല്ലല്ലോ.

'സീതാ സീതാ' - വിളി പാടിപ്പടരും
ഗോദാവരിയുടെ ശ്യാമശിലാ ഭൂമികളിൽ
ആ പ്രേമാകുലരാമൻ
എന്റെ സഖീ,
ഞാനാവില്ല.

ഒരു പുരുഷനു പതിവ്രതയായും
മറ്റൊരു പുരുഷനു രതികാമനയായും
അവസാനം
ഉഴവിൽ ചാടിമറഞ്ഞവൾ ആ സീതാദേവി
എന്റെ സഖീ,
നീയാവില്ല.

നമ്മളൊരിക്കൽ
വഴിയോരത്തു ചിരിച്ചുകളഞ്ഞ നിലാവുകൾ
നമ്മളൊരിക്കൽ
പുഴവക്കത്തു കശക്കിയെറിഞ്ഞ കിനാവുകൾ
എന്റെ സഖീ,
ഇനി നമ്മോടൊത്തു കളിക്കാനെത്തുകയില്ലെന്നറിയുന്നവർ
നീയും ഞാനും.

അതിനാൽ
ഓർമ്മകളും കാമനയും പ്രത്യാഗമനത്തിൻ
പാതിയുടഞ്ഞ നിശാഗീതികളും നൊമ്പരവും
ഈ പുഴയോളത്തിലുപേക്ഷിച്ച്
ഈ ഒറ്റയടിപ്പാതകളുടെ ദൂരം പിന്നിട്ട്
ദൂരെ തെരുവുകളിൽ
നമ്മെ കാത്തുവിളിക്കും പ്രിയമുള്ളവരുടെയരികത്തെത്താൻ
എന്റെ സഖീ,
നമ്മളൊരുങ്ങുക.
പ്രിയമുള്ളവരുടെയരികത്തെത്താൻ
അവരുടെ സംഘമഹാബോധത്തിന്നുടയവരാകാൻ
എന്റെ സഖീ.
നമ്മളൊരുങ്ങുക,
നമ്മളൊരുങ്ങുക!

(1978)

എന്റെ സഖീ!

പുനർജനിച്ചിട്ടില്ലാത്ത എന്റെ സഖീ,
പിന്നെയും ഒരിടവപ്പാതിയുടെ ചുഴികളും ശകുനപ്പിഴകളും
മുങ്ങിത്താണു ശ്വാസംമുട്ടുന്ന ഈ രാത്രിയാമങ്ങളും
ഞാനൊറ്റയ്ക്കുതന്നെ തുഴയണമെന്നോ?
ഒരു സൂര്യപുഷ്പത്തെ നാളെ
ഞാനെന്റെ ആക്രമണവീര്യത്താൽ കീഴ്പ്പെടുത്തിയാലും
ശമിക്കപ്പെടാതെ പോകുന്ന ഈ പാതിരാത്രിക്ക്
പകരം കൊടുക്കാനാവില്ലല്ലോ.
(മുപ്പത്തിയൊന്നുകാരന്റെ പാതിരാകൾക്കു പകരം കൊടുക്കാൻ
ഒരു നഷ്ടപരിഹാരത്തിനുമാവില്ല.)
അന്ധകാരത്തിലെന്നേക്കുമായവസാനിക്കുന്ന
എന്റെ അനന്തകോടിസൂര്യന്മാർ
ഇനിയുമൊരു ജന്മം സ്വന്തമാക്കാനെത്തുകയില്ലല്ലോ
എന്നിട്ടും എന്റെ സഖീ,
അവസാനിക്കുമെന്നുറപ്പുള്ള ഈ യാത്രാനിശീഥങ്ങളിൽ
ഞാൻ
അപരാജിതപുത്രനായിത്തന്നെ നിലനിൽക്കുന്നു.

പുനർജനിച്ചിട്ടില്ലാത്ത എന്റെ സഖീ,
ശാലീനതയുടെ ശീലക്കുട പിടിച്ചു
നടന്നുപോകുന്ന കുമാരികളാരാരും
നിന്നെ കണ്ടവരല്ല
ആഭിജാത്യത്തിന്റെ മടമ്പുയർത്തി തകിടം മറിയുന്ന
കൊച്ചമ്മമാരിലാരാരും
നിന്നെ കണ്ടവരല്ല.

ജീവിതത്തിന്റെ പൂക്കാലത്തിന്റെ വേലിപ്പടർപ്പിൽ
ആദ്യം വിരിഞ്ഞ പൂവായിരുന്നവൾ
അവൾ
വിരിഞ്ഞുതീരും മുമ്പേ കാട്ടരചനു കാഴ്ചവയ്ക്കപ്പെട്ടവൾ

എന്റെ സഖീ,
അവൾ നീയായിരുന്നോ?

ജീവിതത്തിന്റെ തേരോട്ടത്തിന്റെ ആദ്യവേഗങ്ങൾ
ആദ്യവേഗത്തിന്റെ അഹന്തയിൽ ഒരു വേലിയേറ്റം പോലെ
ആഹ്ലാദത്തിൽ ഒരാരോഹണം പോലെ
വന്നവൾ
എല്ലാം മറന്നു വില്ലു കുലച്ച പാണ്ഡവനായ ഞാൻ
അവിചാരിതമായ ഒരടിയൊഴുക്കിന്റെ അർദ്ധനിമിഷത്തിൽ
മറ്റൊരു രഥവേഗത്തിന്റെ നായകനു റാണിയായി
കടന്നുകളഞ്ഞവൾ
എന്റെ സഖീ,
അവൾ നീയായിരുന്നോ?

പിന്നെയും പൂക്കാലങ്ങൾ
പിന്നെയും രഥവേഗങ്ങൾ
ഇനിയുമൊരു പൂക്കളില്ലാത്ത വസന്തമാവില്ല
ഇനിയുമൊരു പരാജിതനായ രാജകുമാരനാവില്ല
അരുവികളില്ലാത്ത താഴ്വാരമാവില്ല
മഴയില്ലാത്ത മേഘങ്ങളാവില്ല
വെയിലുദിക്കാത്ത പകലുകളാവില്ല.

എന്റെ നിമിഷങ്ങളിൽ യുഗങ്ങൾ ചിറകടിച്ചു
എന്റെ പ്രതാപങ്ങളിൽ പരാജയം പടം പൊഴിച്ചു
എന്നിട്ടും ഞാൻ പൊരുതിനിന്നു:
ഇനിയും പിടികൊടുക്കില്ല പിടികൊടുക്കില്ല.
അപ്പോൾ എന്റെ സഖീ,
എല്ലാ സ്വപ്നത്തിലും എന്റെ പുഴയിൽ എന്നോടൊപ്പം
കുളിക്കുന്നവൾ നീ വന്നു,
എന്റെ പടനിലത്തിൽ എന്റെ ചോരപ്പാടുകളിൽ
ചുംബിക്കുന്നവൾ നീ വന്നു.
എന്റെ മഴമേഘങ്ങളിൽ ഇടിമുഴക്കത്തിന്റെ സംഗീതം
ചുരത്തുന്നവൾ നീ വന്നു
പക്ഷേ,
പണ്ടെന്നോ പകലുദിക്കാത്ത ഒരു കറുത്ത കുട്ടിക്കാലം
പള്ളിമുറ്റത്തിന്റെ കടവാതിൽച്ചിറകുകൾക്കുള്ളിൽ
കുരുങ്ങിപ്പോയ ഒരു കന്യകാമോഹം

പാപബോധത്തിന്റെ ചതുപ്പു-
ഭൂമിയിൽ കിനാവുകൾ
പൂഴ്ന്നുപോയവൾ
എന്റെ സഖീ,
അത്‌ലാന്റിക്കിന്റെ ഏകാന്തതയിൽ ഒരു ചുഴലിയായ്
ഒറ്റയ്ക്കലഞ്ഞ എന്റെ ഓർമ്മകൾ
ആ ഓർമ്മകളിൽ മുങ്ങിത്താണവസാനിച്ച നീയും!

വീണ്ടും-
ഒരുനാൾ ഒരു നഗരസായാഹ്നത്തിന്റെ നടപ്പാതയിൽ
വെള്ളയിൽ പൊതിഞ്ഞ വിധവയ്ക്ക് പിന്നാലെ നടക്കുന്ന
ഒന്നുമറിയാത്ത മകളായി നിന്നെ ഞാൻ കണ്ടു,
കണ്ടപ്പോൾ എന്റെ സഖിയാണിവളെന്നു ഞാൻ കരുതി:
എന്റെ സഖീ, പക്ഷേ, ഏതോ കള്ളപ്പണക്കാരന്റെ ധൂർത്തപുത്രനു-
വിലപേശാതെ വിലയുറപ്പിച്ചുകഴിഞ്ഞ ഒരു ചരക്കുമാത്രമായി
നീ മാറിക്കഴിഞ്ഞിരുന്നു
മറ്റൊരുനാൾ
മധ്യവർഗ്ഗവ്യാമോഹങ്ങളലക്കിത്തളർന്നു വിളറിപ്പോയ
ഒരു പ്രൈമറിപ്പള്ളിക്കൂടം അധ്യാപികയുടെ ഭരതനാട്യമറിയുന്ന
കണ്ണെഴുതാനറിയാത്ത കുട്ടിയായി നിന്നെ ഞാൻ കണ്ടു.
കണ്ടപ്പോൾ എന്റെ സഖിയാണിവളെന്നു ഞാൻ കരുതി:
എന്റെ സഖീ, പക്ഷേ, ഒരു ദുബായ്കാരനുമാത്രം സ്വാദുനോക്കാൻ
പ്രത്യേകം പാചകം ചെയ്തു മൂടിവച്ച മാംസക്കറിയായി
നീ മാറ്റിവയ്ക്കപ്പെട്ടുക്കഴിഞ്ഞിരുന്നു.

(1979)

അവസാനത്തെ പ്രണയകവിത

നിലാവുകളും നക്ഷത്രങ്ങളും മരിച്ചുപോയ
ഈ രാത്രി
നിന്റെ മുഖം ഇരുട്ടുകടലിൽ മുങ്ങിത്താഴുന്ന
ഈ രാത്രി-

ഒരു വിഷാദഗാനം പാടി പല്ലവി പുതുക്കാൻ
ഈ രാത്രി
എനിക്കൊരു തന്തിയുള്ള തമ്പുരുവല്ലല്ലോ
ഒരു കത്തിയുമായി പുറത്തിറങ്ങി
സ്വന്തം കിനാവിന്റെ ചോരയിൽ കുതിർന്നു തിരിച്ചുവരാൻ
ഈ രാത്രി
എനിക്കൊരു ഭ്രാന്തൻകാമുകനല്ലല്ലോ
എങ്കിലും മേഘാ
സ്നേഹം പോലെ നിറഞ്ഞു നിൽക്കുന്ന നിന്റെ കണ്ണുകളിൽ
ഒരു സൂര്യമുകുളം ഞാൻ പ്രതീക്ഷിച്ചു
സംഗീതംപോലെ സമ്പന്നമായ നിന്റെ ശ്വാസങ്ങളിൽ
ഒരാരോഹണം ഞാൻ പ്രത്യാശിച്ചു
നിന്റെ നിനവുകളുടെ വിദൂരഭൂമികളിൽ
ഒരു വിളക്കുമാടം ഞാൻ അവകാശപ്പെട്ടു
നിന്റെ കാമനയുടെ ഹരിതതീരങ്ങളിൽ
ഒരു ചുകന്ന പൂ ഞാൻ മോഹിച്ചു
എങ്കിലും മേഘാ.....

നിശ്ശബ്ദതയിൽനിന്നും മുഴങ്ങിത്തീരാത്ത പ്രതികാരം പോലെ
ഈ രാത്രി-
നിന്റെ നിഷേധത്തിന്റെ മൗനദുഃഖത്തിന്റെ സങ്കീർത്തനം പോലെ
ഈ രാത്രി-
സ്നേഹമെന്തെന്നറിയുന്ന
മോഹം പെയ്യുന്ന ഈ യാമങ്ങളിൽ
മേഘാ,

ഒരു വിരഹവേദനപോലുമാകാതെ
പർവ്വതക്കാറ്റുകളിൽ
ശീതങ്ങളോടെതിരിട്ടുനിന്ന്
വാസനകളോടേറ്റുമുട്ടി
മറ്റൊരു കുരിശുദാഹമായി
ഞാനതിജീവിക്കുന്നു..........

നീയറിയാത്ത
എന്റെ കുന്നുകളും കുരിശുകളും
നീയറിയാത്ത
എന്റെ പാതിരാമോഹങ്ങളും പ്രഭാതദുഃഖങ്ങളും
എങ്കിലും മേഘാ,
കോളു കൊള്ളുന്ന ഈ വിധുരവിഹ്വലതകളിൽ
ഒരു സാന്ത്വനം പോലെ നിന്റെ മുഖം
എന്റെ പീഠഭൂമികളിൽ പ്രതിബിംബിക്കുന്നു
നിലാവുപെയ്യാത്ത ഈ രാത്രിയുടെ മുഖം
നിന്റെ മുഖമായി എന്റെ അശാന്തികളിൽ
നിറഞ്ഞു വിരിയുന്നു
എങ്കിലും മേഘാ,
ലതാനികുഞ്ജങ്ങൾ കിനാവുകാണാൻ ഇഷ്ടമില്ലാത്ത ഞാൻ
ഇപ്പോഴും മരുപ്പരപ്പുകളിലാണ്
നിലാവുകളെ താലോലിക്കാൻ ഒരുങ്ങിയിട്ടില്ലാത്ത ഞാൻ
ഇപ്പോഴും ഇരുട്ടുകളിലാണ്.
എനിക്കുവേണ്ടിമാത്രം വിടർന്ന ചുകന്ന പൂവായി
എന്നെ മാത്രം കാത്തിരുന്ന ഇടവപ്പാതി മോഹമായി
മേഘാ,
നിന്നെ ഞാൻ കണ്ടുമുട്ടുന്നു
ചെളിയും ശൈത്യവും നിറഞ്ഞ ഇടവഴികൾ താണ്ടി
ജഢതയും ജാള്യതയും തളം കെട്ടിയ തെരുവോരങ്ങൾ ചവിട്ടി
സഹയാത്രികരില്ലാതെ വന്നെത്തിയ യാത്രക്കാരൻ
നിന്നെ കണ്ടുമുട്ടുന്നു
ഒരിക്കലും കണ്ടുമുട്ടാനിടയില്ലെന്നു കിനാവുകളിൽ കുഴിച്ചുമൂടിയ
നിന്റെ മുഖം
മേഘാ,
സ്നേഹമില്ലാത്ത രാത്രിയുടെ വിശപ്പിനുമുമ്പിൽ
അപ്പമായി ഞാൻ കരുതിവെച്ചു
ഒരിക്കലും വിളവെടുക്കാനാവില്ലെന്നു ഖേദം കൊണ്ട വയലുകളിൽ

മേഘാ,
ഞാനെന്റെ ആഹ്ലാദങ്ങൾ വിത്തിറക്കി
പക്ഷേ, മേഘാ.....
സ്വപ്നത്തിന്റെ പൂവുകളെല്ലാം കൊഴിഞ്ഞുതീരുമ്പോൾ
ബാക്കിനിൽക്കുന്ന മുള്ളുകൾകൊണ്ട്
ഞാനാരെ മുറിവേല്പിക്കണം?

എന്റെ പ്രണയരാത്രികളിൽ
ഇന്നോളം കത്തിനിന്ന സുഗന്ധനാളം
ആദ്യമായി ഊതിക്കെടുത്തി
ഞാൻ പോകുമ്പോൾ
നിലാവുകളുടെ നനുത്ത മേനിയെ ചവിട്ടിമെതിച്ച്
ഞാൻ പോകുമ്പോൾ
അകലെയെങ്ങോ എന്നെ കാത്തിരുന്നു വേദനിക്കുന്ന
ആർദ്രതകളിൽ നഖങ്ങളാഴ്ത്തി
ഞാൻ പോകുമ്പോൾ
അരുതേ അരുതേ എന്ന് എന്നെ തടുത്തുനിർത്തി
വീണ്ടും വിഹ്വലയാവുന്ന വാത്സല്യത്തെ വിഗണിച്ച്
ഞാൻ പോകുമ്പോൾ
അവസാനമായി
മേഘാ,
ജന്മാന്തരബന്ധത്തിന്റെ നാണക്കേടു പറഞ്ഞ്
അഭിനിവേശത്തിന്റെ വിരിയാത്ത പൂക്കൾ
ഞാനൊരിക്കലും കുരുതികൊടുക്കില്ല.

(1980)

എന്റെ വധു

അധ്യാപകദമ്പതികൾക്ക് ഒറ്റ പിറന്ന
ഓമനത്തിങ്കൾ കിടാവല്ല
എന്റെ വധു
ആയുർവേദവൈദ്യന്റെ അലോപ്പതിക്കുഴിഞ്ഞുവെച്ച
ഒരു കോഴിക്കുഞ്ഞല്ല
എന്റെ വധു
പെൻഷൻ പറ്റിയ പ്രൊഫസറുടെ സംഗീതസഭയിലംഗമായ
പാട്ടുപാടുന്ന കിളിയല്ല
എന്റെ വധു
പെണ്ണുകെട്ടാത്ത ഫോറിൻ പയ്യൻ അയച്ചുകൊടുക്കുന്ന
പൊന്നുകുപ്പായത്തിൽ
തിളങ്ങിനടന്നു തകിടം മറിയുന്ന താരമല്ല
എന്റെ വധു
തെങ്ങിൻതോപ്പിന്റെ ഒരേയൊരവകാശിനിയായ
തമ്പുരാട്ടിക്കുട്ടിയല്ല
എന്റെ വധു
തുളസിത്തറയുള്ള കൊട്ടാരം വീട്ടിലെ
തങ്കക്കുടമല്ല
എന്റെ വധു
ആംഗ്ലേയം കൊത്തിപ്പെറുക്കി
ആലിപ്പഴം മുട്ടയിടുന്ന താറാവിൻകുട്ടിയല്ല
എന്റെ വധു
പൊന്നാരം പാട്ടുപാടി
കിന്നാരം കിലുക്കികിലുക്കി
പടിഞ്ഞാറൻ കാറ്റുപോലെ പാറിനടക്കും പെണ്ണല്ല
എന്റെ വധു
പുന്നെല്ലിൻ കതിരുള്ള
പൂവാലിച്ചേലുള്ള

പനന്തത്തച്ചുണ്ടുള്ള തരുണീമണിയല്ല
എന്റെ വധു
ഇടത്തരം നേതാവിന്റെ ഇത്തിരിമോളല്ല
എന്റെ വധു
എം.എ ക്കാരൻ ആങ്ങളയുടെ ബി.എ.ക്കാരി പെങ്ങളല്ല
എന്റെ വധു
ആധുനികതാഭാവവും ആരാന്റെ പുന്നാരവും
ഐഛികമെടുത്ത കോളേജുകുമാരിയല്ല
എന്റെ വധു
അവസാനമെത്തിയ അരപ്പട്ടക്കാരനു-
കഴുത്തിൽ കയർ കൈമാറുന്ന
കുടമണികെട്ടിയ കന്നുകുട്ടിയല്ല
എന്റെ വധു
പ്രാരബ്ധങ്ങളും പോരാട്ടവും എന്തെന്നറിയുന്ന അച്ഛനുപിറന്ന
അഹന്തയില്ലാത്ത അമ്മയുടെ
ആദ്യമകളാണ്
എന്റെ വധു
തേരോടിത്തകർന്ന തെരുവീഥികളുടെ താപങ്ങളിൽ
ദുരിതനിശ്വാസം പോലെ തൂവി നിന്ന സംഗീതമാണ്
എന്റെ വധു
തരിശുനിലങ്ങളിൽ തെളിനീരിന്റെ തിളക്കം പോലെ
വന്നു ചിരിച്ച
നക്ഷത്രത്തിന്റെ കണ്ണീരാണ്
എന്റെ വധു
കാളിയന്റെ തലയിൽ ചവിട്ടിത്തളർന്ന്
തലചുറ്റാൻ തുടങ്ങിയ നേരത്ത്
വീണുകിട്ടിയ മുരളികയാണ്
എന്റെ വധു
തടവറയിൽ താക്കോലുമായി വന്നെത്തിയ
രക്ഷാമാർഗത്തിന്റെ സന്ദേശവാഹിനിയാണ്
എന്റെ വധു
ഭൂമിയിൽ കാലുകൾ നട്ട് മേഘങ്ങളിലേക്കു കൈകളുയർത്തുന്ന
മോഹത്തിന്റെ യാനപാത്രമാണ്
എനിക്കെന്റെ വധു
കീഴടങ്ങാത്ത സ്വപ്നങ്ങളെ കീഴടക്കാനുള്ള
കൊടിയടയാളമാണ്
എനിക്കെന്റെ വധു

പൂപ്പറമ്പുകളെ ചവിട്ടിക്കടന്ന്
പർവതശിഖരങ്ങളിൽ കയറിയെത്താനുള്ള
പടകുടീരമാണ്
എനിക്കെന്റെ വധു
പല്ലക്കിൽ സഞ്ചരിക്കുന്ന രാജകുമാരികളെ നിന്ദിക്കാൻ
പാതയിൽ കാൽനടയാവുന്ന സഹയാത്രികയാണ്
എനിക്കെന്റെ വധു
പ്രതാപികൾക്കു നേരെ വിരൽചൂണ്ടി ചരിത്രത്തിലൂടെ
കടന്നുപോകാൻ
കാര്യമറിയുന്ന കൂട്ടുകാരിയാണ്
എനിക്കെന്റെ വധു
ചായം തേച്ച ചുണ്ടുകൾക്കും ചെഞ്ചമ്മേ ചിനക്കലുകൾക്കുമിടയിൽ
മലിനമാവാത്ത ഒരു മന്ദഹാസമാണ്
എനിക്കെന്റെ വധു
പകലുകൾക്ക് രാത്രിയും രാത്രികൾക്കു പകലും പകരംവെച്ച്
ഒരു കൈ നോക്കാൻ ഒരുങ്ങിപ്പുറപ്പെട്ടവന്
ആയോധനവിദ്യയുടെ ആഹ്ലാദമാണ്
എനിക്കെന്റെ വധു
ഇതിഹാസങ്ങളുടെ ഇടവേളയിൽ ഇങ്ങോട്ടിറങ്ങിവരുന്ന
ഒരു പ്രഭാത രശ്മിയാണ്
എനിക്കെന്റെ വധു
ഒഴിഞ്ഞ ക്യാൻവാസിൽ ആദ്യം വരക്കുന്ന ചിത്രമാണ്
എനിക്കെന്റെ വധു
ഇടവപ്പാതിയുടെ അവസാനമെത്തിയ പെയ്ത്തലാണ്
എനിക്കെന്റെ വധു
ഇടിമുഴക്കത്തിനുമുമ്പുള്ള മിന്നലാണ്
ഇടനാഴികളിൽ ഒറ്റപ്പെട്ടുപോകാത്ത ഗീതമാണ്
എനിക്കെന്റെ വധു
നിനവുകളിൽ ഒരു നിലാവായി
നിശീഥങ്ങളിൽ ഒരു ഗന്ധമായി
വയലുകളിൽ വിളവുകളുടെ സ്നേഹമായി
എന്റെ വധു
നെടുവീർപ്പുകളിൽ ഒരു ഗീതമായി
നൊമ്പരങ്ങളിൽ ഒരു നക്ഷത്രമായി
വിശാലതകളിൽ മേഘങ്ങളുടെ വിളിയായി
എന്റെ വധു
എനിക്കെന്റെ വധു

(1980)

മലയുടെ മകൾക്ക് ഒരു ക്ഷണപത്രം

തളിരും കൂമ്പും മലരുകളും
കരുതി
കരളിൻ കതിരുകളും
കർക്കിടകക്കുളിരുകളും
കരുതി
എന്നെ വരിക്കാൻ
നിന്നവളേ
പോരു
മലയുടെ മകളേ
പോരു......

നിറകണ്ണിൽ നിറവുകൾ ചൂടി
നിറനെഞ്ചിൽ പവിഴം പേറി
എന്നെ വരിക്കാൻ
നിന്നവളേ
പകരം തരുവാൻ
എന്തുള്ളു?
മലയുടെ മകളേ പൊന്മകളേ
പകരം തരുവാനെന്തുള്ളു?

പകരം
തരുവാൻ
കുരുവികൾ പാടും കുന്നുകളില്ലല്ലോ
പകരം തരുവാൻ
പകലുകളും
പകലുകളിൽ പടരും പടവിളിയും
പോരേ?
പകരം തരുവാൻ

രാത്രികളും
രാത്രികളിൽ പെരുകും പീഡകളും
പോരേ?
പടനിലമെത്തി വിളിക്കും
നിലവിളിയും
പടനിലമെത്തിയൊടുങ്ങും
നിറമിഴിയും
പോരേ?
മലയുടെ മകളേ പോരേ?

ഒരു നാളേതോ മുൾകാട്ടിൽ
ജീവിതമെന്നൊരു മുൾകാട്ടിൽ
പൂവുകൾ നൂറുവിടർത്തും നമ്മൾ...
ഒരുനാൾ ദൂരെ മണൽക്കാട്ടിൽ
ഒരു തളിർതേടി നടന്നവളേ
ജീവിതമെന്ന മണൽകാട്ടിൽ
തളിരുകൾ ചൂടി ജയിക്കും നമ്മൾ
ഒരു നാളേതോ മാന്തോപ്പിൽ
ഒരു പൂംചിറകിനെ സ്നേഹിച്ചോളേ
ജീവിതമെന്ന കൊടുംകാട്ടിൽ
കൊടികളുയർത്തിപ്പാടും നമ്മൾ
പിന്നെയുമെന്തിനു കണ്ണുകളിൽ
കടലു കലങ്ങുന്നു?
പിന്നെയുമെന്തിനു നെഞ്ചിടമൊരു-
തടവറ പേറുന്നു?

നമ്മുടെ തരിശുകളിൽ
ഒരു താഴ്‌വര കണ്ണു തുറക്കും നാളെ
നമ്മുടെ നഗരപഥത്തിന്നിരുളുകളിൽ
ഒരു നക്ഷത്രം കൊടികളുയർത്തും നാളെ
നാളെ കൊടികളുയർത്തും
നക്ഷത്രം തരുവേൻ
നാളെ കണ്ണുതുറക്കും
താഴ്‌വരയും തരുവേൻ
മലയുടെ മകളേ
പോരു!
മഴകളിരമ്പും മോഹങ്ങൾ

കനലുകളെരിയും കദനങ്ങൾ
തരുവേൻ
പള്ളിപുരത്തിൻ പടവുകളും
പറശ്ശിനി പൂക്കും കടവുകളും
തരുവേൻ
മലയുടെ മകളേ
പോരു............
തരുവേൻ
താരുണ്യത്തിൻ സമതല ഭൂമികളാകെ
സമതല ഭൂമിയിലൊഴുകും തടിനികളാകെ
തടിനികളിൽ തരുണ വസന്തച്ഛായകളാകെ
തരുവേൻ
മലയുടെ മകളേ
പോരൂ!
മലയുടെ മകളേ പൊന്മകളേ
പോരൂ!..........

(1981)

കർക്കിടകം

നമ്മൾ
മിഥുനമാണല്ലോ
മിഥുനത്തിനപ്പുറം
കർക്കടം
കാതോർത്തു കാതോർത്തു
നമ്മളെ കാത്തിരിക്കുന്നു...

തേങ്ങിക്കരയും നദിയും നിലാവിന്റെ
നേർത്ത ചിരികളും പൂക്കളും ഖേദവും
പുണ്യനഗരിതൻ പ്രേതനിശ്വാസവും
മാരിയും മഞ്ഞും മഴനിലാപ്പൊയ്കയും
പിന്നിട്ടു പിന്നിട്ടു പോന്നവരെങ്കിലും
നമ്മൾ
മിഥുനമാണല്ലോ
മിഥുനത്തിനപ്പുറം
ഒരു കർക്കടം
കാതോർത്തു കാതോർത്തു
നമ്മളെ കാത്തിരിക്കുന്നു...

ഖേദം കലങ്ങും പുഴകളെപ്പറ്റി ഞാൻ
പാടിത്തളർന്ന നിലവിളിപ്പാട്ടുകൾ
ആർത്തലച്ചെത്തിത്തടവറ വാതിലിൽ
മുട്ടി വിളിക്കുന്നു വീണ്ടും......
കർപ്പൂരഗന്ധം പുകയും പകലിന്റെ
ചൈത്രരഥോത്സവ ദൂരസ്മരണകൾ
ഇന്നെൻ നിനവിൻ നിശാദുഃഖശാലയിൽ
ദൂതുമായെത്തുന്നു വീണ്ടും......

പണ്ടേ മരിച്ച കിനാവിൻ ശവപ്പറ-
മ്പേതെന്ന് തേടുവാൻ നേരമില്ല
പൂഴിപ്പരപ്പിൽ കുഴഞ്ഞ നിലാവിന്റെ

മേനി തലോടുവാൻ നേരമില്ല
ഇത്തിരി ദുഃഖം കുടിച്ചൊന്നുറങ്ങുവാൻ
പോലുമേ നമ്മൾക്ക് നേരമില്ല
(നേരമില്ലോമനേ നേരമില്ല,
നിലവിളി പാടുവാൻ നേരമില്ല)

നമ്മൾ
മിഥുനമാണോർക്കുക:
നമ്മൾ മിഥുനത്തിനപ്പുറം
ഒരു കർക്കടം
കാതോർത്തു കാതോർത്തു-
വായ പിളർന്നു കിടക്കുന്നു
(ഓർക്കുക!)

(1982)

പാതിരാഗീതം

പീഠഭൂമിതൻ ചോരദാഹങ്ങൾ
പാതിരാവിന്റെ പ്രേതമോഹങ്ങൾ
പോയ കൗമാരകർക്കിടനാളിൻ
പല്ലിളിക്കുന്ന പേക്കിനാക്കൂട്ടം
വന്നു വന്നിതാ മൂടുന്നു നമ്മെ—
നമ്മളോമനേ, ഇന്നുറങ്ങേണ്ടാ!

മൺകുടിലിന്റെയാരോമലോർമ്മകൾ
പങ്കുവെച്ചു നാം കുത്തിയിരിക്കവേ
ദൂരെയേതോ തടവറയ്ക്കുള്ളിലെ
ദീനരോദനം കത്തിക്കെടുന്നുവോ?
ശീതരാവിൻ നിനവുകൾ നമ്മളിൽ
നഞ്ഞുപോലെ പകർന്നു പടരവേ
ഒരു നിലാവിന്റെയേകാന്തനൊമ്പരം
ഉദയഖേദമായ് പാടിയെത്തുന്നുവോ?

ചോര കുത്തിയൊഴുകും പുഴകളിൽ
കടവിറങ്ങണം നമ്മളീ രാത്രിയിൽ
മൂങ്ങ മൂളുന്ന മുൾച്ചെടിപ്പൊന്തയിൽ
ചൂട്ടുകാട്ടണം നമ്മളീ രാത്രിയിൽ
ചതിയൊരുങ്ങി വരുന്നവഴികളിൽ
കരുതി നീങ്ങണം നമ്മളീ രാത്രിയിൽ...

ചിരി ചിരിച്ചു കറങ്ങും കഴുകുകൾ
പൊറുതികേടായ് ചിറകടിച്ചെത്തവേ
ഒരു നിലാവിൻ തണൽമരച്ചോട്ടിലി-
ന്നൊരുമ പാടിയുറങ്ങുകയില്ല നാം...

പകലുറക്കം പതിവായ ജീവികൾ
പതിയിരിക്കുന്നു പാതകരാത്രിയിൽ

കുതറിനിന്നു കയർക്കുകയില്ല നാം
കഥപറഞ്ഞു കളയുകയില്ല നാം...

കൂരിരുട്ടിന്റെയാഴിത്തിരകളിൽ
മുങ്ങിനീരുന്ന മിന്നാമിനുങ്ങുകൾ
ആർത്തലയ്ക്കുന്നു ചീവിടുസംഘമി-
പ്പാതിരാവിൻ കരാളതീരങ്ങളിൽ.
പാട്ടുപാടിയുരുമ്മിയിരിക്കുവാൻ
കാത്തിരുന്നു കിനാവുകൾ കോർക്കുവാൻ
നേരമില്ലാ-നിഷാദമീരാവുകൾ
നമ്മളോമനേ, നീന്തിക്കടക്കണം!
പടയൊരുങ്ങും പുരികളും പാണ്ഡവ-
കുരുനിലങ്ങളും ഭേരിമുഴക്കവേ
ഒരു നിരാശാഭരിതമാം ഗീതിയിൽ
തല കുരുങ്ങിയിരിക്കുവാനോർക്കുവാൻ
നേരമില്ലാ-നിരാലംബരാവിതിൽ
നമ്മളോമനേ, പാടാതിരിക്കണം.

പൂനിലാവുകൾ നമ്മൾക്കുവേണ്ടി
പ്രേതകംബളം നീർത്തുമീ രാവിൽ
പാതയോരങ്ങൾ നമ്മൾക്കുവേണ്ടി
പതിയിരിക്കും കിരാതമീ രാവിൽ
ഒരു തിളങ്ങും ചിരിയുടെ സൂര്യനായ്
ഒരു മുഴങ്ങും വിളിയുടെ വേഗമായ്
പുലരിചൂടും കിനാവിന്റെ പൂവുകൾ
പടയൊരുങ്ങും പകലുകൾ പിന്നെയും
വന്നു വന്നിതാ മൂടുന്നു നമ്മെ
നമ്മളോമനേ, ഇന്നുറങ്ങേണ്ടാ!

(1984)

വീണ്ടും ഒരു പ്രണയകവിത

നിറപറയില്ലാത്ത വേദിയിൽ പതറിയ
ചിതറിത്തകരുന്ന പൂങ്കുലയാണു നീ!
നിലവിളക്കെരിയാത്ത സന്ധ്യയിൽ നീറിയ
നിഴലായ് വിതുമ്പുന്ന നാളമാകുന്നു നീ!
താളഭംഗത്തിന്റെ തിരകളിൽ തിരയടി-
ച്ചെത്തുന്ന രാവിന്റെ
ദുരിതമാണിന്നു നീ!
ഇടിമുഴക്കങ്ങളും രണസംഘഭേരിയും
മൗനഗർത്തങ്ങളിൽ മുങ്ങുന്ന രാവിലും
പ്രണയവും പൂക്കളും കാത്തു സൂക്ഷിക്കുവാൻ
പൊരുതും കിനാവിന്റെ പൊറുതികേടാണു നീ!
അഴിമുഖത്തെത്താൻ കുതിക്കവേ വരളുന്ന
പുഴയുടെ വറ്റാത്ത ഖേദമാകുന്നു നീ!
പതിവിലും നേരത്തെയുണരുന്ന താരതൻ
തളരുന്ന കണ്ണിലെ താരള്യമാണു നീ!
സ്നേഹദുഃഖത്തിന്റെ തീരക്കടലിലെ
തിരകളിൽ തേങ്ങുന്ന കാറ്റാണ് നീ!
കാലവും ദൂരവും കത്തുന്ന പുഴകളിൽ
പാടും നിലാവിന്റെ നിലവിളിയാണ് നീ!
വിഷധൂമലഹരിയിൽ പൊള്ളുന്ന വേനലിൽ
നനവേറിനിൽക്കും തണൽമരമാണ് നീ!

(1987)

പിന്നെയും ഒരു പ്രണയഗീതം

വൈശാഖസന്ധ്യകൾ വഴുതുന്ന വഴികളിൽ
ഒറ്റയ്ക്കു ഞാൻ നടന്നുഴലവേ
ഒരു നിലാത്തുകിലിൻ തിളക്കവും ചൂടി നീ
കൂട്ടിനു വന്നുവല്ലോ-
അന്നാദ്യമുലകിന്റെ ചെളിനിലത്തിരുളിലും
ഒരു ദൂരതാരകം
ചിരിതൂകി നിന്നുവല്ലോ-
[അകലെ നിന്നാതിരത്താരയും കൂട്ടരും
ആരെയാണപ്പൊഴും പരിഹസിച്ചു?]

അഴലിന്റെ നിഴലുകൾ പിന്നെയും നീളവേ
ചെളിവഴികളപ്പൊഴും മുന്നോട്ടുപോകവേ
നടവരമ്പിടിയുന്ന നിമിഷാർദ്ധ ഭീതിയിൽ
ഫൂൽക്കാരവേഗമൊരു വിദ്യുൽവികാസമായ്
നീ വന്നുവല്ലോ-
ഒരു കൊള്ളിയാൻ കടലും കടന്നുവ-
ന്നുയിരിന്റെ തിരകളിൽ
നിപതിക്കവേ
ഉന്മതന്നുശിരുമായൊരു മേഘഗീതകം
നീ വന്നുവല്ലോ-

മണ്ണിലാഴത്തിലാഴത്തിലൊരു നൂറു വിത്തുകൾ
വിജയകാംക്ഷകൾ മുളപൊട്ടിയുണരുവാൻ
നീ വന്നുവല്ലോ
[ആകാശമേടകളിലാഷാഢമേഘങ്ങൾ
ആരെയാണപ്പൊഴും പരിഹസിച്ചു?]

എന്റെ ഗതകാലവഴികളിൽ
ഒറ്റയ്ക്കു ഞാൻ നടന്നുഴറവേ
നെല്ലുപൂവിന്റെ ചിരിയും തെളിച്ചു നീ
കൂട്ടിനു വന്നുവല്ലോ

അന്നാദ്യമുലകിന്റെ വിളഭൂവിലൊക്കെയും
കതിരും കിനാക്കളും
നിറവേറി നിന്നുവല്ലോ–
[പതിരുകൾ കൊത്തിപ്പറക്കുന്ന പക്ഷികൾ
ആരെയാണപ്പൊഴും പരിഹസിച്ചു?]

ആർഭാടരഹിതമൊരു നീർച്ചാലുപോലെന്റെ
വിണ്ടുകീറുന്ന സ്വപ്നങ്ങളിൽ
നിറകുടം കവിതയും പച്ചിലച്ചാർത്തുമായ്
നീ വന്നുവല്ലോ–
ഒരു മുളംതണ്ടിലെ ശിശിരവാദ്യങ്ങളിൽ
ഒരു പകൽക്കാറ്റിന്റെ തോറ്റങ്ങളിൽ
തൂവലാർന്നൊഴുകിപ്പറക്കുന്ന മോഹമായ്
നീ വന്നുവല്ലോ......

പാടശേഖരം പൂവിട്ട പകലുകൾ
സ്നേഹമാതളം നാമ്പിട്ട നാളുകൾ
ഒന്നിച്ചു തന്നെ നടന്നു നമ്മൾ!

നെഞ്ചുലയ്ക്കുന്ന നർമ്മദാനിനവുകൾ
നിലവിളിക്കുന്ന പർവ്വതക്കാറ്റുകൾ
ഒന്നിച്ചുതന്നെ പൊറുത്തു നമ്മൾ!
ഈ ഭൂമിയുടെ വഴികളും ഭൂലോകവാസവും
ഒരുവേള, നാളെ (നാമറിയാതെ, യോർക്കാതെ)
വിജനമൊരു വേതാള–
ഭീകരതയിൽ വിങ്ങും......

നന്മയുടെ നാൾവഴിപ്പേരേടുകൾ
നൊമ്പരപ്പൊറുതിയുടെ ചുമടേറ്റുകൾ

ഒരുവേള, നാളെ (നാമറിയാതെ, യോർക്കാതെ)
ഒരു ശീതശൂന്യതയി–
ലൊരു ഭീമമൂകതയിൽ മുങ്ങും......

ഓർമ്മകൾ കൊത്തിപ്പറക്കാനൊരുങ്ങുവോർ
രണ്ടു പക്ഷികൾ പോലെ നാം
പ്രണയവാരിധിക്കുപരി നിന്നപ്പൊഴും
പ്രളയഖേദങ്ങൾ പാടും
(പാടാതിരിക്കുന്നതെങ്ങനെ?)

(1991)

ഭൂമിയും സൂര്യനും

ഭൂമി

ഈരിലകളിൽ ഓർമ്മകൾ നാമ്പിടും
ഈ മഴക്കോളി, ലുർവരസന്ധിയിൽ
പൂത്തുനില്ക്കുന്നതിപ്പൊഴും
സൂര്യനാ,ണെന്റെ സൂര്യൻ!

ആഴമെത്രയെന്നോതിയുറക്കുവാൻ
ദൂരമെത്രയെന്നോർമ്മപുതുക്കുവാൻ
കാലദേശങ്ങൾ കാവലാളാക്കുവാൻ
സൂര്യനാ,ണെന്റെ സൂര്യൻ!

നീർനിലാവിൽ തെളിയുന്ന ജാലകം,
കൺമണിയിൽ കുരുങ്ങും കുരുതിയും:
നർമ്മദയിൽ കലങ്ങുന്ന കർക്കടം,
കന്മദം പോലെയിറ്റും കവിതയും....

സാക്ഷിയാവതും
ചൂട്ടുകത്തിച്ചു നില്പതും
സർഗ്ഗസാഗരം നീന്തിത്തിമർപ്പതും
സൂര്യനാ, ണെന്റെ സൂര്യൻ!

ജനിതകത്തിന്റെ മാസ്മരസ്പന്ദനം
തുയിലുണലർത്തും തുടിയുമായെത്തുവാൻ
വിഗതമോഹങ്ങൾ വീർപ്പിടും രാത്രിയിൽ
ചെറുനിലാവിന്റെ സാന്ത്വനം പാടുവാൻ
സ്നേഹമായെൻ നിനവിൽ നിറഞ്ഞതും
ശക്തികൊണ്ടെന്റെ ദാഹമളന്നതും
പർവ്വതങ്ങളിൽ പൂത്തുലഞ്ഞൂർന്നതും
സൂര്യനാ, ണെന്റെ സൂര്യൻ!

ചലനവിഹ്വലം വിദ്യുത് വിഹായസ്സിൽ
നിശിതനശ്വരം സ്നേഹോഷ്ണപീഡയിൽ
എന്റെ സൂര്യ!
നീ കെട്ടുപോയേക്കാം....

എങ്കിലും ജീവകാമനാപൂർത്തികൊ-
ണ്ടെന്റെ പ്രാണനേ! നിന്നെ ഞാൻ
തൊട്ടുണർത്താതിരിക്കില്ല, വാഴ്വിതിൻ
പ്രേതതാഴ്വര തോറുമലഞ്ഞു ഞാൻ
വീണ്ടെടുക്കാതിരിക്കില്ല
പിന്നെയും....

സൂര്യൻ

ചുട്ടുപൊള്ളും നിരാശാഭരിതമെ-
ന്നുൽക്കപേറും ഹൃദയതാളങ്ങളിൽ
ഹരിതകത്തിന്റെ താന്തമിഴികളാ-
ലെന്നിലെപ്പൊഴുമുണ്മനിറയ്ക്കുവാൻ
ഭൂമിയാ,ണെന്റ ഭൂമി!

ദിക്കുതെറ്റിയലയും വിധിയി,ലെൻ
ഭാഗധേയ ഭ്രമണപഥങ്ങളിൽ
'ഞാനിവിടെയുണ്ടിപ്പൊഴും!' എന്നു ചൊ-
ന്നെന്നെയേൽക്കാൻ തപസ്സിരിക്കുന്നവൾ
ഭൂമിയാ,ണെന്റ ഭൂമി!

ചക്രവാതം കുതിച്ചുവന്നെത്തിയ-
പ്പുൽക്കൊടിയുടെ നാമ്പും പൊലിയവേ
തപ്തരാത്രിതന്നോർമ്മയിൽ പാടല-
സന്ധ്യ പിന്നെയും വീണു പിടയവേ

തീനടപ്പിലും പൊള്ളാതെ പിന്നെയും
'എന്റെ പ്രാണനേ!' എന്നു വിളിക്കുവാൻ
പുഷ്ക്കലശ്യാമചൈത്രതടങ്ങളിൽ
മൗനനൊമ്പരം പിന്നെയും പൂക്കുവാൻ
ഭൂമിയാ,ണെന്റെ ഭൂമി!

ജന്മദൂരം ചുഴന്നളന്നൊറ്റയ്ക്കു-
പിന്നെയും നിന്റെ ചക്രവാളങ്ങളിൽ

ദുഃഖധൂമിലയാമങ്ങൾ താണ്ടുവാൻ
എന്റെ ഭൂമി! നീ പോയിടാം......

അല്ലയെങ്കിൽ തപിക്കുന്ന നാളെയിൽ
ഹരിതരഹിതമാം കങ്കാളയാത്രയിൽ
ഒരു വെറും ക്ഷരബിന്ദുവായ് മാറുവാൻ
എന്റെ ഭൂമി! നീ വീണിടാം......

അപ്പൊഴും പ്രാണസ്പന്ദനകോടികൊ-
ണ്ടെന്റെ യോർമ്മയിൽ നിന്നെ ഞാൻ
സ്വന്തമാക്കും, നിതാന്തനിരാശയിൽ
കെട്ടുപോകാതിരിക്കുവാൻ................
അപ്പൊഴും സ്നേഹദാരുണരശ്മികൊ-
ണ്ടെന്റെയുണ്മയിൽ നിന്നെ ഞാൻ
വീണ്ടെടുക്കും, വിനാശക്കയങ്ങളിൽ
വീണടിയാതിരിക്കുവാൻ!.............

(1995)

രാധാകൃഷ്ണപ്രണയം

(ഒരു ആധുനികോത്തര ഭാഷ്യം)

ഗോകുലത്തിലെ പഴയ പാൽക്കാരിപ്പെണ്ണിന്
പിന്നീടെന്തു സംഭവിച്ചുവെന്ന് എനിക്കറിയില്ല.......
കുഴൽ വിളിച്ച് പുഴയോരത്തും പൂന്തോപ്പിലും
വിലസിനടന്ന പഴയ കണ്ണൻ
പിന്നീടെങ്ങോട്ടു പോയെന്നും എനിക്കറിയില്ല.......

ഒന്നറിയുന്നു:
ബസ്സ്റ്റോപ്പുകളിൽ
കോളേജങ്കണങ്ങളിൽ
മാറ്റിനിപ്പടം ചേക്കേറുന്ന കൊട്ടകപ്രാന്തങ്ങളിൽ
മയക്കുമരുന്നു വിപണനകേന്ദ്രങ്ങളാം
പെട്ടിക്കടപ്പരിസരങ്ങളിൽ
ഒക്കെയും
പുതിയ കണ്ണന്മാർ
ഈയാംപാറ്റകളെ കാത്തിരിക്കും
പല്ലികളെപ്പോലെ
പതിയിരിക്കുന്നു.

ഒന്നുകൂടിയറിയുന്നു:
ഉടുവസ്ത്രത്തിന്റെ സുഭഗലാവണ്യങ്ങളുമായ്
കുഴഞ്ഞാടും ശൃംഗാരശോഭകളുമായ്
രാധയുടെ പിൻമുറക്കാരികൾ
വീട്ടിലേക്കുള്ള ബസ്സുകൾ
മുന്നിൽ വന്നുനിന്നിട്ടും
ഏതുമറിയാതെയൊന്നുമറിയാതെ
കിളിക്കൊഞ്ചൽ തുടരുകയാണ്....
അവരിലൊരു രാധയുടെ കഥയിതാ-
ഓടജലത്തിൽ നിന്നും

ഒരിഴജന്തു
അവളുടെ പാവാടയിലേക്കു കുടിയേറുന്നു
നഗരവിളക്കുകൾ
പെട്ടെന്നു കെട്ടുപോകുന്നു
ഒത്തുകളിക്കുമിരുട്ടിനൊപ്പം
ഒരു ഗർത്തം അവളുടെ കാലടികളെ
കീഴടക്കുകയാണ്....

കൊട്ടകയിലപ്പോഴും രാധാ- കൃഷ്ണലീലകൾ
തുടരുന്നു.....
(അക്കാദമി ഹാളിൽ ഫെമിനിസ്റ്റു ചിന്തകൾ.
ദൂരദർശനിൽ വീഡിയോകോൺ പരസ്യങ്ങൾ,
കവികണ്ഠത്തിൽ രാധയെവിടെയെന്ന ചോദ്യോത്തരങ്ങളും!)

മാളത്തിലേക്കു വലിച്ചിഴയ്ക്കപ്പെടും
ഒരു തവളക്കുഞ്ഞിന്റെ രോദനം
അപ്പോൾ
ആരെങ്കിലും

കേട്ടുവോ?

(1998)

ഈ നദിയൊഴുക്കിൽ നമ്മൾ അഥവാ ഇത് ജീവിതം

നദിയൊഴുക്ക്.
ഇരുകരകൾ.
കരകളിൽ
പുഴവഞ്ഞി പൂത്ത
പുലരിവായ്പുകൾ,
മറഞ്ഞ സാന്ധ്യനിഴലുകൾ.....

അകലെ
അഴിമുഖം.
(അഴിമുഖത്താരാണ്
നമ്മളെ കാത്തിരിക്കുന്നു?)

പിണഞ്ഞൊഴുകും പുഴ.
പുഴ മുറിച്ചൊരു പ്രണയ സാഹസം പോലെയൊരു
പന്നഗയൗവനം;

കരയറ്റ കടലിലൊരു
നാവികത്തുകിൽ പോലെ
നിലവിട്ട കാറ്റിലൊരു
നൊമ്പരത്തുടി പോലെ
പൊരുതുന്ന
കവിതയും....

തീരങ്ങളിൽ
കാടുപൂത്തതും
കാട്ടുതീ പടർന്നതും
കെടുതിയുടെ
കൊമ്പനാനകൾ
കടപുഴകിയിളകി മദിച്ചതും;
ദൂരങ്ങളിൽ

കുരുതിമഴകൾ
ആർത്തുണർന്നതും
കൊടും ജന്തുജനുസ്സുകൾ
പരസ്പരം
കൊന്നുതിന്നു പുളച്ചതും;
മേഘങ്ങളിൽ
ചുഴലികൾ
ചൂളമാർന്നതും
പ്രളയമാരികൾ
ചടുലമായതും
നൂറുചെരിവുകൾ തൂർന്നതും
നഗരചത്വരങ്ങൾ തകർന്നതും
കണ്ടു കണ്ടിങ്ങു-
കാലവും
തോർന്നു തീരുന്നുവോ?

കൂടെ വന്നവൾ നീയാണ്
കൂട്ടായിരിപ്പതും നീയാണ്
(എത്ര രാവുകൾ
രാവറുതികൾ
കൂട്ടായിരിക്കുവാൻ
ഇനി നമ്മൾക്കു കൂട്ടുകാരീ?)

കെടുതിമഴകൾ വിളിക്കുന്നു
കോടമഞ്ഞുണരുന്ന നാളുകൾ
വിളിക്കുന്നു
സിരമുറിഞ്ഞൊഴുകുന്ന
പ്രളയനദി വിളിക്കുന്നു

നമ്മളോ
വിളികൾ വിഗണിച്ച്
നെടുനിദ്രകൾ വിഗണിച്ച്
കത്തുന്ന കാടുകൾ വിഗണിച്ച്
കൊടുംകോളുകൾ വിഗണിച്ച്
ഈ നദിയൊഴുക്കിൽ തന്നെ
ഇപ്പൊഴും....
(ഇതു ജീവിതം!)

(1999)

പ്രണയധീരയായവൾ

(സീനയ്ക്ക്)

നിശായാമങ്ങളിൽ
നിദ്രകൾ നീന്തിക്കടന്നും
അക്കരെയെത്താൻ
കരുത്തുകാണിച്ചവൾ

പ്രേതഭൂമിയിലും
പ്രിയതമന് കൂട്ടിരിക്കാൻ
പ്രാണനെന്നും പകരം കൊടുത്ത്
മഹാപീഡകൾ മാറോട് ചേർത്തവൾ

കുരുതികളുടെ പെരുമഴയത്തും
കുടയില്ലാതെ നടുറോട്ടിൽ
ഇറങ്ങിനിന്നവൾ
മരണക്കിണറുകൾ
പതിയിരിക്കും പാതകളിൽ
പതാകയേന്തി പുറപ്പെട്ടുവന്നവൾ
-കുട്ടീ നിനക്കെന്താണ്
ഞാനാശംസിക്കുക?

പകൽ നേരത്തും
ചെകുത്താന്മാർ
കോമ്പല്ലു കോർക്കുന്ന ഈ ലോകം!
പരൽമീനുകളൊക്കെയും
പരുന്തുകൾക്ക്
ഇരകളാക്കപ്പെടുന്ന ഈ നേരം!
പരപീഡനം
പരമോധർമ്മം എന്ന്
ഈ കൊടുംകാലത്തിന്റെ നീതിബോധങ്ങൾ
കുട്ടീ

നിനക്കെന്തു ഞാൻ
തന്നു പോകേണ്ടൂ?

പരുന്തുകൾ
വട്ടമിട്ടു പറക്കാതിരിക്കില്ലിനിയും
പാതകങ്ങൾ
പെയ്തു പെയ്തിറങ്ങാതിരിക്കില്ലിനിയും

നിറകൺകളിൽ
നൂറുനെഞ്ചും നെറ്റിത്തടങ്ങളും
മുറിഞ്ഞു പിടയാതിരിക്കില്ലിനിയും

അപ്പോഴും
മുറിഞ്ഞ ധമനിയിൽ
പിടഞ്ഞുപാടുമൊരു ഗീതകം
തളർന്ന തീരക്കാറ്റിൽ
ഇടറിയെത്തുമൊരു പൂമണം
കലിയടങ്ങാക്കടലലകളിൽ
കരയെത്താനുണർന്നു പൊരുതുമൊരു-
തിരക്കൈ
തീരത്തിൽ നിറനെഞ്ചുകൊണ്ടൊരു
സ്നേഹസ്പർശം
നിനക്കായ്
ഞാൻ തന്നുപോകട്ടെ!

(2000)

ആഗോളകേരളത്തിൽ പ്രണയജീവിതം

'സീതാ' വിളിയുടെ വ്യാജവും ചുണ്ടിൽ ചേർത്ത്
രാമന്റെ പ്രച്ഛന്നമായ് നായാട്ടിനിറങ്ങുന്ന നായകൻ
ഓരോ താരനിശയിലും
ഓരോരോ ഇളംമാനിന്റെ ഇറച്ചിമസാല
തിന്നു തീർക്കുന്ന
പ്രതിനായകൻ.
ലക്ഷ്മണരേഖയ്ക്കപ്പുറത്തേക്ക്
അതിരുകടക്കാൻ വ്യഗ്രതപൂണ്ട്
മാരീചനെ കാതോർക്കുന്ന മൈഥിലി....

ശംബൂകൻ തുലഞ്ഞാലെന്ത്,
ദണ്ഡകാരണ്യം കരിഞ്ഞാലെന്ത്,
ഉപഭോഗം കഴിഞ്ഞാലല്ലേ
ഉഷ്ണക്കാറ്റുകൾക്ക് വീശാൻ പറ്റൂ
(കാറ്റേ നീ തത്ക്കാലം വീശരുത്!
ആരോമൽച്ചേകവനും കൂട്ടങ്ങളും
കൊക്കൊക്കോളത്തിരമാലകളിൽ
ആറാടുകയാണിപ്പോൾ......)

(രണ്ട്)

കങ്കാണിപ്പണി പാടെവിട്ട്
കലാതിലകങ്ങൾക്കൊപ്പം
തുള്ളിച്ചാടാൻ
സദാ
തത്രപ്പെടുന്ന കുഴലൂത്തുകാരൻ

കണ്ണുപൊട്ടനൊപ്പം ഗാന്ധാരി വലഞ്ഞാലെന്ത്,
കുന്തിയും മക്കളും അഗതികളായ് അലഞ്ഞാലെന്ത്
പാഞ്ചാലി പിന്നെയും പീഡിതയായ് പിടഞ്ഞാലെന്ത്,

പീലിത്തിരുമുടിയും ചൂടി
നീലത്തുകിലും ചുറ്റി
കുട്ടിച്ചാത്തനായ്
കടമ്പുമരം കേറി
പണി പറ്റിക്കും
പ്രണയകുമാരന്റെ
ലീലാവിനോദങ്ങൾ!

(മൂന്ന്)

പടിഞ്ഞാറൻ കാറ്റുകളിൽ
നിറയെ
പരപരാഗണത്തിനു പറന്നെത്തുന്ന
വാലന്റെയ്ൻ വൈറസ്സുകൾ
എണ്ണതേച്ചു കുളിപ്പിച്ച ബാലഗോപാലന്മാർ
തിടംവെച്ചു വളരുകയാണ്.
തെരുവിലും തിണ്ണയിലും മിടുക്കുകാട്ടി
കുരുത്തംകെട്ട
കുമാരന്മാർ
തിമിർക്കുക തന്നെയാണ്!.........

(2002)

ഓർമ്മകൾ

ഇരുളിൻ ഹൃദന്തത്തിലുണരും കിനാവിന്റെ
യഴകാ, യഴലിന്റെ ഗാനമാ,യെന്നും തത്തി
യണയും മമാത്മാവിൻ മോഹമേ, പുണരട്ടെ
നിറയും കരളോടെന്നോർമ്മകൾ വീണ്ടും വീണ്ടും...
ആതിരത്താരം മാഴ്കും സന്ധ്യയിൽ നിശാഗന്ധി-
യാതുരം വിതുമ്പുന്ന രാത്രിയിൽ, വെയിൽനാളം
മുഗ്ദ്ധമായ്ച്ചിരി തൂകു മുച്ചയി,ലുജ്ജീവമായ്
സ്നിഗ്ദ്ധപാടലകാന്തിയൊഴുകും പ്രഭാതത്തിൽ,
സൗഭഗം തളിർക്കുന്ന സ്വപ്നമായ് സുഗന്ധത്തിൻ
സ്മൃതിയായ് മനസ്സിന്റെ വാതിലിൽ മുഖം കാട്ടി
മൂകമായ് ഹർഷം ചെയ്യും മാധുരീ, നീയാരാ,രെൻ
മാദകയുവത്വത്തിൻ മധുവോ മിഴിനീരോ?
ഇരുളിൻ ഹ്രദങ്ങളിലമരും മമസ്വാന്ത-
മമലേ, നിന്നോർമ്മ തൻ രാഗരശ്മികളേന്തി
സങ്കല്പം സാക്ഷാത്ക്കാര മണിമേടകൾ പുൽകും
സ്വപ്നത്തിൽ ദിവ്യോജ്ജ്വലഭൂവിലേയ്ക്കുയരുന്നു!

(1964)

അലകടൽ

അലകടലാണു നീ-ഓർമ്മയിൽ, സ്വപ്നത്തി-
ലൊഴുകിവന്നെത്തിയെൻ ബോധത്തിൽ, നിദ്രയിൽ
മന്ദ്രമലച്ചു തിളക്കുന്ന വൈദ്യുത-
സ്പന്ദമുണർത്തുന്ന മുഗ്ദ്ധമാം സാഗരം!

നിൻ ഹൃദയത്തിൻ നിഗൂഢഹ്രദങ്ങളിൽ-
നിന്നുയിർക്കൊള്ളുമാസ്പന്ദനകോടികൾ,
എന്നി, ലീ ഞാനെന്ന പുല്ലാങ്കുഴലിലൊ-
രത്ഭുത ഗീതിതൻ നേർത്ത കിനാവുകൾ
എന്തിനുണർത്തുന്നു? നിന്നിലേയ്ക്കൊപ്പം
എന്തിന്നണയുന്നിതെന്നനുഭൂതികൾ?

അലകടലാണു നീ - പ്രജ്ഞയിൽ, ജീവനി-
ലൊഴുകിവന്നെത്തിയെ, ന്നാത്മവിപഞ്ചിയിൽ
ദുർഭരദുഃഖമാ, യെന്നും വിതുമ്പുന്ന
നിർഭര സ്നേഹ മധുരാർദ്ര സാഗരം!

(1967)

വസുന്ധരേ!

പ്രണയകാലം
കഴിഞ്ഞോ വസുന്ധരേ?
കദളികൾ കൂമ്പടഞ്ഞു
കാമനപ്പച്ചയിൽ
പേടകൾ മേഞ്ഞുമടങ്ങി
പുഴകളിൽ മൃദുശീതളം ശയ്യയിൽ
പരിണയിക്കുവാൻ വന്ന
ഗന്ധർവസന്ധ്യകൾ മറഞ്ഞു
പാതിരാച്ചിറകടികൾ കാതോർത്തുനിന്ന
ഗന്ധരാജൻകിനാക്കൾ കൊഴിഞ്ഞു.
(പ്രണയകാലം കഴിഞ്ഞോ വസുന്ധരേ?....)

മധുരകാലം
കഴിഞ്ഞോ വസുന്ധരേ?
ചിത്രകംബളം
ചിതലരിച്ചൂർന്നുതീർന്നു.
മേഘദൂതുകൾ
കടലാഴങ്ങളിൽ നിപതിച്ചില്ലാതായി
മാമ്പഴക്കാലമധുരങ്ങളും
പുലരിക്കാറ്റിൻ സ്മേരസിന്ദൂരവും
വൈറസ്സിൻ ജ്വരപീഡയാൽ
വൃത്തികെട്ടൊടുങ്ങിപ്പോയി
(മധുരകാലം കഴിഞ്ഞോ വസുന്ധരേ?....)

ഹൃദയകാലം
കഴിഞ്ഞോ വസുന്ധരേ?
പകൽകളിൽ
പനി പടർന്നു-
കിതയ്ക്കുന്നു കുന്നുകൾ

പാതിരാത്തിരകളിൽ
തുള്ളിപ്പിടയ്ക്കും
നിലാവിൻ കുരുന്നുകൾ
(ഹൃദയകാലം കഴിഞ്ഞോ വസുന്ധരേ?....)

കാവ്യകാലം
കഴിഞ്ഞോ വസുന്ധരേ?
വൃദ്ധിക്ഷയങ്ങളിൽ
ഋതുക്കളോരോന്നുമായ്
ഇടറിത്തകർന്നവസാനിക്കവേ
ആകാശഗംഗയിൽ
കത്തുന്ന പാട്ടുകൾ
സ്നേഹസങ്കടംപോലെ
പെയ്തുതീരവേ
കാവ്യകാലം കഴിഞ്ഞുപോകുന്നുവോ?
(കാവ്യകാലം കഴിഞ്ഞോ വസുന്ധരേ?)

വസുന്ധരേ!
നെബുലയിൽ
നക്ഷത്രജ്വാലകൾ
കെട്ടുതീരുംവരെ
നെഞ്ചകങ്ങളിൽ
നേരിൻ നിറവുകൾ
നീറിയാളിപ്പടർന്നുതീരുംവരെ
പ്രാണനിൽ
പ്രളയമെത്തിക്കിതയ്ക്കുന്ന നാൾവരെ
പ്രണയനദികളിൽ
നീരൊഴുക്കു നിലയ്ക്കുന്ന നാൾവരെ
കാവ്യകാലം കഴിയുന്നതെങ്ങനെ?
(കാവ്യജീവിതം തീരുന്നതെങ്ങനെ?......)

വസുന്ധരേ!
പ്രണയകാലവും തീരുന്നതെങ്ങനെ?

(2003)

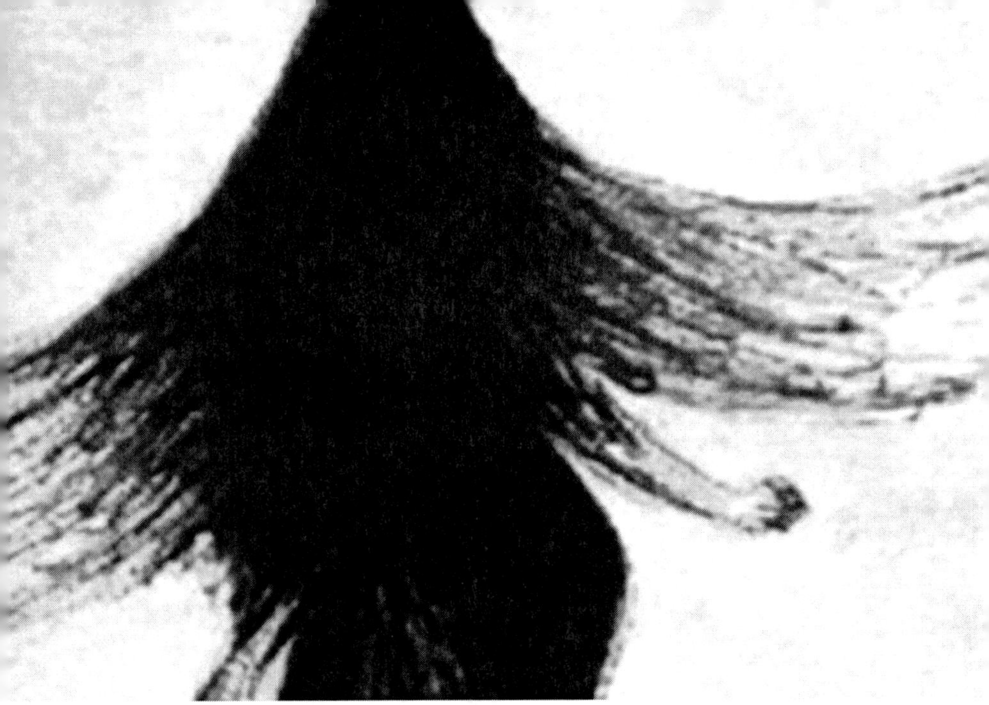

ഭാഗം മൂന്ന്

സ്ത്രീ കവിതകൾ

സ്ത്രീ

ശീലാവതിയെന്ന് സ്തുതിപാഠം
പക്ഷേ,
ശിലയാകുവാൻ തലവിധി.

ദേവതയെന്ന് പുണ്യപുരാണം
പക്ഷേ,
കർമ്മകാണ്ഡത്തിൽ കാമരൂപിണി.

മാതൃത്വം മധുരോദാരം
പക്ഷേ,
പേറ്റുനോവും പാപനൊമ്പരം.

കാഠിന്യത്തിലും കനിവൂറുന്നവൾ
പക്ഷേ,
ക്രുദ്ധയെന്നാണ് കുറ്റപ്പേർ.

എല്ലാ പണികൾക്കും പ്രാപ്തയായവൾ
പക്ഷേ,
അബലയെന്നാണ് കൂലിതീർക്കൽ.

ചലനത്തിൽ അതിശ്രദ്ധയാൽ
ചിലപ്പോൾ വ്യതിചലിക്കുന്നവൾ
പക്ഷേ,
ചപലയെന്നാണ്
ചൊല്ലും ചെല്ലപ്പേരും.

ജീവിതം
മൊത്തമൊരു ചരക്കെന്ന്
പുത്തൻ അർത്ഥവേദം.

പ്രണയം പോലും
അതിലൊരിനമെന്ന്
പുതിയ ഗാന്ധർവ്വം.

പക്ഷേ,
പാപപുരികളെരിയിക്കുവാൻ
ഇപ്പോഴും
കനൽക്കട്ട കരുതിവയ്ക്കുന്നവൾ
ഇവൾ തന്നെ.

ഹൃദയമെന്ന കൈക്കുടന്നയിൽ
ഇപ്പോഴും
സ്നേഹജീവനം കാത്തുവയ്ക്കുന്നവൾ
ഇവൾ തന്നെ.

(1997)

മൂന്നു ജീവിതങ്ങൾ

(വയനാടൻ ഡയറിയിൽനിന്ന്)

ചിന്നമ്മ

ഈറനണിഞ്ഞ കണ്ണുകളിൽ
ഇരതേടുന്ന അന്വേഷണവുമായി
എല്ലാ വൈകുന്നേരവും എല്ലാ വൈകുന്നേരവും
'അനന്തപത്മ'യുടെ അന്തരീക്ഷത്തിൽ
ബസ്സിറങ്ങുന്ന ചിന്നമ്മേ,
തിരുവിതാംകൂറിന്റെ തീരത്തെവിടെയോ
മുളപൊട്ടിയ നിന്റെ ശൈശവം.
തിരുവിതാംകൂറിന്റെ ഇല്ലിക്കാട്ടിലെങ്ങോ
ചിറകടിച്ച നിന്റെ കൗമാരം,
മുല്ലമൊട്ടുകളിക്കിളികൊള്ളാൻ
കൊതികൊണ്ട സായന്തനങ്ങളിൽ
ഒരു വസന്തവനത്തിൽ കൊക്കുരുമ്മാൻ
കാത്തിരുന്നു കദനം കൊണ്ട ചിന്നമ്മേ,
ഒരു ശിശിരവനത്തിൽ കൂടുകൂട്ടാൻ
മോഹിച്ചിരുന്നു മനം നൊന്ത ചിന്നമ്മേ
അവസാനം കുടിയേറിപ്പാർപ്പിന്റെ ഭാരംപേറുന്ന ഭാണ്ഡവുമായി
ഈ വനാന്തര ദേശത്ത്
നീ വന്നെത്തി ചിന്നമ്മേ!
എല്ലാരാത്രികളും ഭാരം ചുമക്കുന്നവളായ ചിന്നമ്മേ,
ഭാരം ചുമക്കുന്നവർക്കാശ്വാസമരുളുന്ന നിന്റെ ദേവൻ
അവന്റെ പ്രവാചകവേഷവുമായി
നിന്റെ വനഭൂമിയിൽ വന്നെത്തിയില്ലേ ചിന്നമ്മേ?
എത്രവട്ടം എത്രവട്ടം ഏതെല്ലാം കണ്ണുകളിൽ
ഒരു മെഴുതിരി വെട്ടം കാണാൻ
നീ അന്വേഷിച്ചുഴറിയില്ല!

നീ എന്നോ പഠിച്ചുരുവിട്ടു മറന്നുപോയ ബാലപാഠത്തിന്റെ
സുവിശേഷസാന്ത്വനം
ഇന്നും നിനക്കു സാന്ത്വനമോ
ചിന്നമ്മേ?

ശ്യാമ

ഇല്ലായ്മയുടെ ഇരുണ്ട ദുഃഖത്തിന്റെ താഴ്വരയിൽ
ഒരു പൂവായി നീ വിടർന്നു.
ഇതളുകളായി നീ വിടരുന്നതു നോക്കി നിന്ന പ്രഭാതങ്ങൾ
വെറുതെ പുഞ്ചിരിച്ചു.
മധുവനം തേടി കറങ്ങിത്തിരിച്ച കരിവണ്ടുകൾ
കഥയറിഞ്ഞു കാത്തിരുന്നു.
ഇന്നു നീ ശ്യാമേ!
മധുശാലയിൽ പരാഗം വിറ്റു പാട്ടുപാടുന്ന ശ്യാമേ,
മദനത്തിന്റെ നടനവേദിയിൽ നൃത്തമാടുന്ന ശ്യാമേ,
പർവതസൂര്യന്റെ സ്നേഹത്തിന്റെ സിന്ദൂരം
നിനക്കു നഷ്ടമായല്ലോ
പാതിരാക്കാറ്റിലലിയുന്ന താരകളുടെ താരാട്ടും
നിനക്കു നഷ്ടമായല്ലോ
തലകറുത്ത ചീങ്കണ്ണികൾ കൂത്താടുന്ന
തീരമില്ലാത്ത തടാകത്തിലെ
തടവുകാരിയായല്ലോ നീ!

സുലേഖ

പത്തുമണിക്കു പാഠശാലയിലേയ്ക്കു നടന്നുപോകുന്ന
പ്രായമെത്താത്ത നിന്റെ കണ്ണുകളിൽ
ഇന്നലെ രാത്രിയുടെ കലക്കം
ഞാൻ കണ്ടു
സുറുമയില്ലാത്ത നിന്റെ കണ്ണുകളിൽ
സൂര്യൻ മരിക്കുന്ന നിമിഷത്തിന്റെ
നിസ്സഹായ ഗർത്തം
ഞാൻ കണ്ടു.
കല്പറ്റ ബസാറിന്റെ തെരുവുതിണ്ണയിൽ
കണ്ണുതുറക്കാൻ തുടങ്ങിയ നിന്റെ കിനാവുകളിൽ
കറുത്ത മലയട്ടകൾ

കടന്നു കയറുന്നത്
സുലേഖാ
നീ അറിയുന്നില്ല നീ അറിയുന്നില്ല.

വിടവാക്കുകൾ :

പോയ് വരട്ടെ ചിന്നമ്മേ!
പാപമറിയാത്ത പൂക്കളിൽ
പ്രഭാതത്തിന്റെ ഗാനവുമായി ഞാൻ തിരിച്ചുവരും.
പോയ്‌വരട്ടെ ശ്യാമേ!
മദനത്തിന്റെ നടനശാലയിൽ
ചിലങ്കയില്ലാതെ നൃത്തമാടുന്ന നിനക്കുവേണ്ടി
അരിവാളിന്റെ പുഞ്ചിരിയുമായി ഞാൻ തിരിച്ചുവരും.
പോയ്‌വരട്ടെ സുലേഖാ!
പ്രായമെത്താത്ത നിന്റെ കണ്ണുകളിലെ
കിനാവുകളെ താലോലിക്കാൻ
പുതിയ കാലത്തിന്റെ പൂവിളിയുമായി
ഞാൻ തിരിച്ചുവരും.
പോയ്‌വരട്ടെ.

(1975)

സ്നേഹലതാ റെഡ്ഡി

ബോധിവൃക്ഷത്തണലിൽ ചിറകടിച്ചുതകർന്ന
സ്നേഹവേദന പോലെ
ഗംഗാജലത്തിൽ മുങ്ങിമരിച്ച
തീർത്ഥവിഹ്വലത പോലെ
ഇന്ത്യൻ രാത്രിയുടെ ഇരുണ്ട നാലാം യാമത്തിൽ
സ്നേഹലതാ
നീ അവസാനിച്ചു

[1]പട്ടാഭിയ്ക്കു പത്നിയായ സ്നേഹലതാ
[1]കൊനാരക്കിന്നമ്മയായ സ്നേഹലതാ
[3]നന്ദനയ്ക്കെല്ലാമായ സ്നേഹലതാ
ഞങ്ങൾക്കെല്ലാം പ്രിയമായ സ്നേഹലതാ
ഇന്ത്യൻ രാത്രിയുടെ ഇരുണ്ട നാലാം യാമത്തിൽ
നീ അവസാനിച്ചു.

ചീവിടുകൾ തുളക്കുന്ന കൊലവിളികൾ
കണ്ണീർ വിളക്കെരിയുന്ന കുളങ്ങരയിൽ
അടിഞ്ഞവസാനിക്കും.
ചിത്രകഥയിലെ വേതാളം
നഖമുനകൾ സ്വന്തം നെഞ്ചിലമർത്തി
കാട്ടുപാതയിൽ പിന്നിലേക്കോടി മറഞ്ഞവസാനിക്കും.

അപ്പോൾ സ്നേഹലതാ,
കാറ്റിൽ കത്തുന്ന നാളം പോലെ നീ പാടും.
അപ്പോൾ സ്നേഹലതാ,
നിലാവിലൊരു കന്യകപോലെ നീ നൃത്തമാടും.

ചരിത്രം വിത്തെറിഞ്ഞ പ്രതികാരത്തിന്റെ
ഈ ധീരപുഷ്പങ്ങൾ നിനക്കുവേണ്ടി,
അരിഞ്ഞെറിയപ്പെടാത്ത നാവിൽ പിറവികൊള്ളുന്ന
ഈ ചുവന്ന ചുഴലികൾ നിനക്കുവേണ്ടി.

(1977)

---

1. പട്ടാഭി – സ്നേഹലതയുടെ ഭർത്താവ്. 2. കൊനാരക് – സ്നേഹലതയുടെ മകൻ 3. നന്ദന – സ്നേഹലതയുടെ മകൾ

വസൂരിമാലച്ചരിതം

ചതിയുറഞ്ഞ്
ചമഞ്ഞൊരുങ്ങി
ചെമ്പകപ്പൂമാല ചൂടി
ചുവടുതോറും ചുവടുമാറി
മുടിയഴിച്ചും
മുലയെറിഞ്ഞും
കാവിലമ്മ
കോളുകൊള്ളുന്നൂ

പടവിളിക്കു പരിച മുട്ടി
പള്ളിവാളിനു പകയൂട്ടി
കനലാടി
കടലാടി
കാവിലമ്മ
കഠിനയാവുന്നൂ

പുരമെരിക്കും പന്തമേന്തി
പൂവിളിക്കൊരു പുലയാട്ടായ്
പാടിയാടിത്തിമർത്തും കൊ-
ണ്ടാടിമാസക്കാറുപോലെ
കാവിലമ്മ
ക്രുദ്ധയാവുന്നൂ

പകലെല്ലാം പതിയിരുന്ന്
പാതിരായുടെ ചോല നീന്തി
പുലിയാടി-
ക്കലിയാടി-
ക്കനൽ കത്തും കണ്ണുമായി
കാവുതീണ്ടിയ കന്യയായി
കാവിലമ്മ
കലിതുള്ളുന്നൂ...

കാടുതോറും കുരുതി വാങ്ങി
നാടുതോറും കുരുതി വാങ്ങി
നാവടക്കാൻ നാടടക്കാൻ
നഗരമെല്ലാം കീഴടക്കാൻ
കാവിലമ്മ തറ്റുടുക്കുന്നൂ

കുടകുമാമല ചൂഴ്ന്ന നാടും
കൊങ്കണങ്ങൾ വാണ നാടും
പള്ളികൊണ്ടൊരു പാണ്ടിനാടും
പടനയിച്ചൊരു പഴശ്ശിനാടും
ഇടനാടും
നടുനാടും
തലനാടും
മലനാടും
കാടുനാടും കൈയടക്കാൻ
കാവിലമ്മ
കച്ചകെട്ടുന്നൂ

ശ്വാസവേഗം ചുഴലിയാക്കി
ചലനവേഗം ശക്തിയാക്കി
ചുടലതോറും നടനമാടും
ചാമുണ്ഡിച്ചരിതമായി
തെച്ചിമാല-
കുരുതിമാല-
കുടലുമാല കഴുത്തിലിട്ടവൾ
കാവിലമ്മ
പടയിറങ്ങുന്നൂ...

മാരിവാരി വിതച്ചുതുള്ളും
മാരിയമ്മപ്പെണ്ണ്
മാരനില്ലാക്കളി കളിക്കും
മാരിമുത്തിൻ പെണ്ണ്
പെണ്ണൊരുങ്ങിയൊരുമ്പെടുന്നവൾ
ബ്രഹ്മനില്ലാക്കളരികണ്ടവൾ
കളരിതോറും കുരുതികൊണ്ടവൾ
കാളിയമ്മപ്പെണ്ണ്
പെണ്ണൊരുങ്ങിയൊരുമ്പെടുമ്പോൾ

പിൻവിളിക്കാനാരുമില്ലാതെട്ടുദിക്കും
വിളിക്കാനും തെളിക്കാനും
(ഞെട്ടിനിൽക്കുമ്പോൾ)
വിളികൊണ്ട വീരഭദ്രൻ
വന്നടുക്കുന്നൂ
വീരഭദ്രൻ
ശൂലമേന്തിപ്പാഞ്ഞടുക്കുന്നൂ
വീരഭദ്രൻ ശൂലമേന്തിപ്പാഞ്ഞടുക്കുമ്പോൾ
ഭൂമിയാകെ
വിറപൂണ്ടു വിണ്ടുകീറുന്നൂ
ഭൂമിയാകെ വിറപൂണ്ടു വിണ്ടുകീറുമ്പോൾ
കാവിലമ്മ
കരുതിവച്ച
കോട്ടയെല്ലാം തകരുന്നോ?
(കാവിലമ്മേ തകരുന്നോ?)
കാവിലമ്മ
കുരുതികൊണ്ട
കോമരങ്ങൾ തളരുന്നോ?
(കാവിലമ്മേ തകരുന്നോ?)

കോട്ടയെല്ലാം തകരുമ്പോൾ
കോമരങ്ങൾ തളരുമ്പോൾ
കുടലുമാല കഴുത്തിലിട്ടവൾ
കുരുതിമന്ത്രമുരുക്കഴിച്ചവൾ
കാവിലമ്മ
കയർക്കുന്നോ?

കോലമെല്ലാം കരിയുന്ന
കോമരങ്ങൾ കൈവെടിഞ്ഞ
ചോരമാത്രം കുടിക്കുന്നോൾ
ചോര കിട്ടാതുഴലുന്നോൾ
കാവിലമ്മ
കരയുന്നോ?

കാവിലമ്മ കരഞ്ഞാലും
കടലു പാടും
കരളു പാടും

(കാവിലമ്മേ
കടലു പാടും
കരളു പാടും)

കാവിലമ്മ കയർത്താലും
കാടു പൂക്കും
കിനാവു പൂക്കും
(കാവിലമ്മേ
കാടു പൂക്കും
കിനാവു പൂക്കും)
കാടു പൂക്കും നാളുവന്നാൽ
കടലുപാടും നാളുവന്നാൽ
നാടു നീളെ-
ക്കാടുനീളെ-
ക്കാനനത്തിൻ കുഞ്ഞുമക്കൾ
പാട്ടു പാടും നാളുകാണാൻ
നാവിലിന്നൊരു നാളമേന്തി
നാളെകൾക്കൊരു നാടൊരുക്കാൻ
ഞാനൊരുങ്ങുന്നു.
(കാവിലമ്മേ ഞാനൊരുങ്ങുന്നു.)

(1981)

നാദിറ പറയുന്നു...

നാദിറ പറയുന്നു....
(കോഴിക്കോട്ടെ കോയമാര് കേൾക്കുന്നുണ്ടോ
കൊണ്ടോട്ടീലെ തങ്ങന്മാര് കേൾക്കുന്നുണ്ടോ)

കിനാവിന്റെ കണ്ണും കാതും
കൊട്ടിയടച്ച്
കരളിന്റെ കിളിവാതിലുകൾ
കൊട്ടിയടച്ച്
കൽബിന്റെ ചിറകടിപോലും
കൊട്ടിയടച്ച്
കണ്ണെത്താ ദൂരം നോക്കി കാത്തുകിടക്കാൻ
കദനത്തിൻ തിരകളിൽ മുങ്ങി തേങ്ങലടിക്കാൻ
ഇനിയും ഞങ്ങൾക്കാവില്ലല്ലോ!

നാദിറ പറയുന്നു....
(മീശവടിക്കും മാന്യന്മാര് കേൾക്കുന്നുണ്ടോ
താടി വളർത്തും തരുണന്മാര് കേൾക്കുന്നുണ്ടോ)

പതിനാലാം രാവുകൾ പൂക്കും
മാനത്തെ കൊട്ടാരത്തിൽ
പടച്ചോനെ തെറ്റിനടക്കും
ഹൂറി ചമഞ്ഞാടി രസിക്കാൻ
കൊതിയില്ലല്ലോ-
പൊന്നാംകുറി ചൂടും നാട്ടിൽ
പാദുഷമാർ വാഴും നാട്ടിൽ
മുല്ലപ്പൂമാലകൾ കോർക്കും
മൊഞ്ചത്തിപ്പെണ്ണായ് വാഴാൻ
കൊതിയില്ലല്ലോ.......

നാദിറ പറയുന്നു....
(ആണായവർ, ആങ്ങളമാര് കേൾക്കുന്നുണ്ടോ,
പുത്തന്മാർ പുതുമാരന്മാർ കേൾക്കുന്നുണ്ടോ-)

പതിനാറു തികയുംമുമ്പ്
പാവാട മാറും മുമ്പ്
മടിനിറയെ പൊന്നും കൊണ്ട്
മനസ്സാകെ പുണ്ണുംകൊണ്ട്
കടലുകടന്നെത്തും കാമ-
ക്കൊതിയന്മാർക്കിനിയും ഞങ്ങൾ
കാനോത്തിനു നിന്നുതരില്ല!

നാദിറ പറയുന്നു....
(ഉടയവരാം ഉപ്പൂപ്പമാർ കേൾക്കുന്നുണ്ടോ
ഉന്നതരാം ഉലമാക്കൾ കേൾക്കുന്നുണ്ടോ)

കാണാതെ കാണും കണ്ണായ്
കേൾക്കാതെ കേൾക്കും കാതായ്
കഴിയാനിനിയാവില്ലെന്നേ
വെറുതെ
കരയാനിനിയാവില്ലെന്നേ!

നാദിറ പറയുന്നു....
(പ്രിയമുള്ളോരാം സോദരിമാർ കേൾക്കുന്നുണ്ടോ
പർദ്ദയിലിഴയും മാതാക്കൾ കേൾക്കുന്നുണ്ടോ)

സുറുമക്കൺപീലികളിൽ
ഒരു നല്ല സ്വപ്നം നെയ്ത്
മൈലാഞ്ചിച്ചുണ്ടുകളിൽ
ഒരു നല്ല പാട്ടും കോർത്ത്
പുതുമാരൻ വന്നണയും
ഒരു രാവിൽ വന്നണയും
എന്നുള്ള നോമ്പും നോറ്റ്
നിന്നവരാണേ
ഞങ്ങൾ
നിന്നവരാണേ!

നാദിറ പറയുന്നു....

(കൽബുകളിൽ കിനാവുകളുള്ളവർ
സോദരരേ കേൾക്കുന്നുണ്ടോ
കനവുകളിൽ കനിവുള്ളോരാം
കാരണവന്മാർ കേൾക്കുന്നുണ്ടോ)

പൂതികളെല്ലാം പൊലിയും മുമ്പേ
കിനാവുകളെല്ലാം കൊഴിയും മുമ്പേ
നോമ്പുകളെല്ലാം നോൽക്കും മുമ്പേ
മണിയറതൻ വാസനപോലും
മായും മുമ്പേ
മൊഴിചൊല്ലിപ്പിരിയും മാരൻ
ഞങ്ങൾക്കൊരു മാരണമല്ലേ!
- ഈ മാരണമിങ്ങനെ
തലയിൽ പേറാൻ
ഞങ്ങൾക്കിനിയാവില്ലെന്നേ!
ഈ മാരണമിങ്ങനെ
തുടർനാടകമായി തുടരാൻ
ഞങ്ങൾക്കിനിയാവില്ലെന്നേ!

നാദിറ പറയുന്നു....

(മഹലുഭരിക്കും മൊല്ലാക്കമാർ കേൾക്കുന്നുണ്ടോ
കബറുകൾ പോലും കട്ടുമുടിക്കും മൂപ്പന്മാര് കേൾക്കുന്നുണ്ടോ)

നബിയോതിയ തിരുമൊഴിപോലും
പശമൂക്കി പാഷാണക്കാർ!
അള്ളാവിൻ നാമം പോലും
കണ്ണോക്കിന് കാവലിരുന്നു!
ശരിക്കേടുകൾ ശരിയല്ലെന്ന്
പറയേണ്ടവർ പറയുന്നേരം
'അപകടമായ് ഇസ്ലാം' എന്ന്
ഇബ്‌ലീസുകൾ അലറിവിളിച്ചു
(അതുകേട്ട് കിടുങ്ങാൻ മാത്രം
ഇനിയിപ്പോൾ പാങ്ങില്ലെന്നേ!)

കൊന്ത്രാക്കൊള്ളികളെന്നു വിളിച്ച്
കേമന്മാർ കേട്ടുചിരിച്ചു
(അതുകേട്ടു ചിണുങ്ങാൻ മാത്രം
പോയത്തം കാട്ടില്ലെന്നേ!)

നാദിറ പറയുന്നു....
ഈ കട്ടയിരുട്ടിൻ കെണിയിൽ പെട്ടൊരു-
പുലരി വെളിച്ചം കുതറുന്നതു-
കാണുന്നൂ ഞങ്ങൾ!
ഈ പഴയ മിനാരത്തിൻ തടവിൽനിന്നൊരു-
പുതിയ നിലാത്തുള്ളി ചിരിച്ചുണരുന്നതു-
കാണുന്നൂ ഞങ്ങൾ!....

(1985)

സീതയുടെ പൊറുതികൾ

ഇതു പകലൊടുങ്ങുന്ന നേരമോ?
പൊറുതിയിൽ
കനലു വേവുന്ന കാലമോ?

പക്ഷേ, ഇതു-
സീതയൊറ്റയ്ക്കു പോകുന്ന
യാത്രയുടെ നേരമാകുന്നു...

നഗരമെപ്പൊഴും കാന്താരമെങ്കിലും
ചതികളെപ്പൊഴും മാരീചനല്ല
കാൽച്ചുവടിലെപ്പൊഴും പാതാളമെങ്കിലും
വൻതിരകളെപ്പൊഴും രാവണച്ചുഴികളല്ല

കടലെടുക്കുന്ന മൈഥിലീമനസ്സിലോ
പവിഴദ്വീപിന്റെ പച്ചിലപ്പൊട്ടുകൾ?
കുരുതി വാപിളർന്നെത്തും തമസ്സിലോ
പൊറുതി തേടുന്ന വെൺമയുടെ പീലികൾ?

ഇതു പകലൊടുങ്ങുന്ന നേരമാകുന്നു...
ഇതു കനലു വേവുന്ന കാലമാകുന്നു...
മിഥിലയുടെ നീലവാനമിന്നകലെയാകുന്നു...
രാജനഗരിതൻ
പ്രണയരാത്രിയിന്നകലെയാകുന്നു...
(ആൺപിറപ്പുകൾ മക്കളിന്നകലെയാകുന്നു...)

കണ്ണിലുണ്ടിപ്പൊഴുമൊരു താരകം...
കാട്ടുപൊന്തയിലുണ്ടിപ്പൊഴും
കാമനകളായിരം...

പക്ഷേ,യിതു-
സീതയൊറ്റയ്ക്കു പോകുന്ന യാത്രയാണല്ലോ?

പിന്നിലാരുണ്ടു ഖേദം പകുക്കുവാൻ?
മുന്നിലാരുണ്ടു ദൂരം പകുക്കുവാൻ?
ആരുമില്ലാരുമില്ല

ഇതു സീതയൊറ്റയ്ക്കു പോകുന്ന
യാത്രയുടെ പൊറുതിയാകുന്നു...

(1991)

പ്രത്യാശകൾക്ക് ഒരു ഗീതം

വഴിവാണിഭത്തിന്റെ
ലാഭനഷ്ടങ്ങളിൽ
ചേക്കേറുവാനുഴറിയെത്തുന്ന
സന്ധ്യകൾ—
ഇനി സഖി,
ഞാനെന്റെ പടവിളിപ്പാട്ടിന്റെ
പല്ലവിക്കിനിയെന്തു വിലയെന്നു കേഴാതെ
പൊറുതികൾക്കപ്പുറം
വഴിമുട്ടി നിൽക്കുന്ന
പാട്ടിന്റെ പുഴകളിൽ
നീന്താനൊരുങ്ങട്ടെ:
നാളെയും
പൊരുതുന്ന ചോരയുടെ വഴികളിൽ
തുടികളും മുഷ്ടിയും കൊടിതോരണങ്ങളും
പടയേറിയെത്താതിരിക്കില്ല, നിശ്ചയം!
ഓർമ്മതൻ ശവകുടീരങ്ങളിൽ
ഖേദമഴ പെയ്യുന്ന
രാത്രികൾ—
ഇനി സഖി,
ഞാനെന്റെ തരിശുകൾക്കിനിയേതു-
വിളവിന്റെ പൊലിയെന്നു മാഴ്കാതെ
മഴകൾക്കുമപ്പുറം
കാതോർത്തിരിക്കുന്ന
കരിനിലത്തുഴവിനാ-
യുണരാനൊരുങ്ങട്ടെ:
നാളെയും
പകലിന്റെ മാസ്മര പ്രകൃതിയിൽ
സമതയും സ്വപ്നവും തരുണധിക്കാരവും
പുതുമുളകൾ തേടാതിരിക്കില്ല,
നിശ്ചയം!

(1992)

ഇവൾ

അംബയല്ലല്ല നീ
കുന്തിയല്ലല്ല നീ
കൃഷ്ണയല്ലല്ല നീ.
-പിന്നെയാരാണു നീ,
സ്വൈരസഞ്ചാരിണി?

നിത്യ കല്യാണിയല്ലല്ല നീ
സത്യസാവിത്രിയല്ലല്ല നീ.
വിധുരവൈദേഹിയല്ലല്ല നീ.
-പിന്നെയാരാണു നീ,
വിരഹനീലാംബരി?

ചിരി തൂകുന്ന ചെമ്പകം
മോഹം ചിന്തുന്ന മാതളം
അല്ലല്ലവളല്ല നീ!
-പിന്നെയാരാണു നീ,
ചാരുചിത്രാംഗിനി?

നാദമില്ലാത്ത പുല്ലാങ്കുഴൽ
സ്നേഹമില്ലാത്ത ദീപാങ്കുരം
അല്ലല്ലവളല്ല നീ!
-പിന്നെയാരാണു നീ,
ചൈത്രവനസംഗീതിക?

നിശ്ശബ്ദനൂറ്റാണ്ടുകൾ
കൃഷ്ണശിലയായ് കിടന്നു-
കാതോർത്തവൾ
-ആരാണു നീ?
പൂർണ്ണയായ്
പ്രണയനാളമായ്
കത്തിനിന്നവൾ,

കാടകത്തിന്റെ കാമന?
കാടകം പൂത്ത
കാമനയ്ക്കുള്ളിലെ
സ്നേഹകാളിമ,
ആരാണു നീ?

ചോര നീരായ
മണ്ണിന്റെ വേദന-
യ്ക്കുള്ളിൽ നിന്നും
മുളച്ചവൾ,
ഭദ്രമൂകത,
- ആരാണു നീ?

കാമമാം കെണിയിൽ
ഇരയായ് പിടഞ്ഞവൾ
ക്രോധമാം തീയ്യിൽ
ഇലയായ് കരിഞ്ഞവൾ
-അവളാണു നീ!

കൺകളിൽ
കനൽകത്തുന്ന മോഹങ്ങളോ?
കൈകളിൽ
ഇടിമിന്നുന്ന മേഘങ്ങളോ?
ചരിത്രശപഥങ്ങളെ-
ച്ചവിട്ടി മെതിക്കും
കുതികളോ പാദങ്ങളിൽ?
പ്രണയക്കടൽ കോരിക്കുടി-
ച്ചുടലാകെ നീറിയുരുകും
വിദ്യുത് വേഗമോ
ചലനങ്ങളിൽ?

വാക്കിന്റെ ചതികളെ
വാക്കിന്റെ വാളാൽ വെട്ടി
പോർനിലം തുടുക്കുന്ന
തോറ്റമോ
ശബ്ദങ്ങളിൽ?

ഇതിഹാസത്തി-
ന്നിരുട്ടിലാഴങ്ങളിൽ

ഒരുനാൾ
ഉൽക്കപോൽ
നിപതിച്ചവൾ
വ്രതമൗനത്തിന്റെ
ചതുപ്പുഭൂമിയിൽ
ദേവിയായ് ദേവയാനിയായ്
പുതഞ്ഞു-
പൂതലിച്ചവൾ
-അവളാണു നീ!

വിധവയായവൾ
പതിതയായവൾ
വ്യഥിതസായന്തനങ്ങളിൽ
വെറുതെ
വീർപ്പിട്ടുനിന്നവൾ
വിരഹജന്മാന്തരങ്ങൾതൻ
തെരുവിലൊറ്റയ്ക്കു
നിന്നവൾ
- അവളാണു നീ!

നൊന്തുപെറ്റവർ നൂറുമക്കളും
ചെംനിണച്ചുടലയിൽ
വെന്തു തീരവേ,
കനലുകൾ തിന്നും
കദനവാരിധി കോരിക്കുടിച്ചും
കണ്ണുകെട്ടിക്കഴിഞ്ഞവൾ
- അവളാണു നീ!

സ്നേഹവൃക്ഷവും
വംശഗാഥയും
ഹരിത താഴ്വാര-
സൗഗന്ധികങ്ങളും
വിഷനീല-
ഗഹ്വരങ്ങളിൽ
ആഴ്ന്നാഴ്ന്നു പോകവേ,
തീ തളിച്ച പഥങ്ങളിൽ
ഉണർവിലൊറ്റയ്ക്കു-
വന്നവൾ
- അവളാണു നീ!

പാപപുണ്യങ്ങൾതൻ
പുഴകട-
ന്നാരണ്യകം കട-
ന്നോർമ്മതൻ തീരവും
പിന്നിട്ടവൾ-
പകലിന്റെ ചൂളയിൽ
പൊള്ളാത്തവൾ
പൊറുതിയുടെ പീഡയിൽ
പിടയാത്തവൾ
പർവതക്കാറ്റിലും
ഉലയാത്തവൾ—
അവളാ-
ണവളാണിവൾ!
ഇവളാണു നീ!
ഇവളാ-
ണിവളാണു നീ!

(1994)

മഴ: ഒരു ഫെമിനിസ്റ്റ് പരിഭാഷ

കരിയിലക്കാട്ടിലൂടൊറ്റച്ചിലമ്പായ് കലമ്പിയും
കദനങ്ങളോർമ്മയായ്
നെഞ്ചിൽ കലങ്ങിയും
മിഴിനീരുമായ് വന്നു മൂകമെൻ ജാലക-
പ്പഴുതിലൂടെന്നെ വിളിച്ചുവോ നീ?

കരയറ്റ നദിയിലൂടൊഴുകിപ്പിറക്കവേ-
യൊരു കൊടുംകാറ്റിന്റെ തിരതല്ലലേൽക്കവേ
നിലതെറ്റിയോ നിന്റെ തേങ്ങലും മറികട-
ന്നൊരു ചുഴലിയെത്തവേ വീണുവോ നീ?

പാദസരത്തിൽ കിലുങ്ങും മുകിലുമായ്
പാതിവഴിയെത്തിയെന്തോ മറന്നപോൽ
പിൻതിരിഞ്ഞെന്തിനോനിന്നുവോ? പിന്നെയും
പിൻവിളി കാതോർത്തു കാത്തുവോ നീ?

സംസാരസാഗരം നീന്തിക്കടക്കുവാൻ
ഒറ്റയ്ക്കിറങ്ങിക്കരയിൽ പിടഞ്ഞവൾ
മലകൾക്ക് മുകളിലും മുടിയേറുവാൻ വന്നു
കടലിൻ കയങ്ങളിൽ പതറിപ്പൊഴിഞ്ഞവൾ

നീയേതു രാവിലാണാദ്യമായുയിരിന്റെ
പച്ചിലച്ചില്ലയിൽ പാട്ടുപാടി?
നീയേതു സന്ധ്യയിലാദ്യമായോർമ്മതൻ
ചിറകറ്റ പക്ഷികൾക്കുണ്മ നൽകി?

ഏറെ ക്ഷമിച്ചും സഹിച്ചും പൊറുത്തവൾ
ഏതു കടലിന്റെ ക്രോധമായ് വന്നു നീ?

ഏതോ വിലക്കിന്റെ കാണാക്കുരുക്കുകൾ
കാലിലും കരളിലും തേടിപ്പിടഞ്ഞവൾ
പ്രേതനിരാശതൻ പൊള്ളും പകയുമായ്
തുടലറുത്താടിത്തിമർക്കാത്തതെന്തു നീ?

തൊടികൾക്കുമപ്പുറം ഒരു പിടിപ്പൂവുമായ്
ഓണനാൾ കാതോർത്തിരിക്കുന്നു, പൂക്കളം

മിഴിനട്ടു നിൽക്കുന്നു, പൂർവ്വാനുരാഗങ്ങൾ
ഇനിയേതു പുലരിയിൽ പൂക്കുമെന്നോർക്കുന്നുവോ?

പക്ഷേ, നീ പൊള്ളുന്ന പാതിരാക്കനവുകൾ-
ക്കൊക്കെയും പകരം കൊടുത്തുറഞ്ഞാടുവാൻ
നിലവിട്ടു മുറകൾ മറക്കുന്നു, വാഴ്‌വിതിൻ
മുറിവുകൾക്കൊക്കെയും നീറ്റലായ്ത്തീരുന്നുവോ?

അലറിക്കുതിച്ചുകൊണ്ടെത്തുന്നു നീ ചിലപ്പോൾ....
തേങ്ങിക്കിതച്ചുകൊണ്ടെത്തുന്നു നീ ചിലപ്പോൾ...

തറവാട്ടുതുളസിയും താമരപ്പൊയ്കയും
ആൽത്തറമേടും തകർക്കാനൊരുമ്പെടും
തിറയാട്ടമാകാതിരിക്കുന്നതെന്തു നീ?

പുലരുവാനേഴര നേരമില്ലാത്തവൾ
പൂങ്കോഴി കൂകുവാൻ കാലമില്ലാത്തവൾ
ഞെട്ടിപ്പിടഞ്ഞെഴുന്നേൽക്കുവാനെന്തേ? നിൻ
പകൽപീഡ രാവിലും പിന്തുടർന്നീടുന്നുവോ?

കാമിതം കായ്ക്കാനൊരു കാരണം നീ?
കാരണമില്ലാത്തൊരു കാര്യമോ നീ?

(1994)

പെൺവാണിഭം – '96

അമിതാഭ് ബച്ചന്റെ തൊഴുത്തിൽ
കന്നാലികൾക്കു കുടിക്കാൻ കോള.
വി.ഐ.പി.കൾക്ക് വിളമ്പാൻ
തുണിയുരിച്ച തുടയിറച്ചി
ആരവിടെ?
–പട്ടേലരും കൂട്ടരും
പകിടകളി, പങ്കുവെയ്പ്.
കൗണ്ടനും കുണ്ടാമണ്ടിത്തലവനും
തോന്ന്യാസങ്ങൾക്ക് തീട്ടൂരം.
സ്ഥലവാസികൾക്കൊക്കെയും
തണ്ടൂരിത്തോറ്റവും
ചുട്ടെടുത്ത തലച്ചോറും
(പ്രകൃതിപഥ്യക്കാർക്ക്
തണ്ണിമത്തനും കുമ്പളങ്ങനീരും
വാഴപ്പിണ്ടിയും – പോരേ?)

സ്ക്രീനിനുമുമ്പിൽ കുത്തിയിരിക്കും
മുപ്പത്തിമുക്കോടി നോക്കുകുത്തികൾ
ആർത്തിയുടെ തിരമാലകളിൽ
പെൺപീഢകൾ നടനമാക്കിയ മല്ലികാസാരാഭായ്
ആട്ടക്കാരിയുടെ അഴിഞ്ഞാട്ടത്തിൽ
ചെന്നെയ് പട്ടണത്തിൽ ഇതയക്കനികൾക്ക്
ഇളയരാജന്റെ തുടിപ്പാട്ട്
ആയിരം കടവുകളിൽ
കണ്ണൻ – ഗോപികൾ
ചേലയഴിച്ച കളികൾക്ക്
തിടുക്കം കൂട്ടുകയായി.....

അപ്പഴോ?–
ആഗോള വാണിഭക്കാരൻ
ചുണ്ടിൽ ചുമ്മാചിരിയും പുകച്ച്
തൊപ്പിയിൽ കോസ്മെറ്റിക് തൂവലും ചൂടി
സാവധാനം നടന്നടുക്കുന്നു.......

പേൻവിളയും പൂവാലികൾക്ക്
വട്ടിനിറയെ പടിഞ്ഞാറൻ പുന്നാരം
പ്രഭുദേവയൊരുക്കുംപാട്ടുത്സവത്തിൽ
HIV+വൈറസ്സുകൾ
മലയാളത്തിന്റെ ചമയക്കാരനും
ചെണ്ടക്കാരനും
തൊഴിൽക്കൂത്ത്
കഥകളിവേഷം കൂലിക്കാർക്ക്
സുന്ദരീചർമ്മം തൊട്ട്
സന്ധ്യാവന്ദനം.
കലാതിലകം ചൂടിയ
കണ്ണൂരിലെ പൊടിപ്പെണ്ണിനും
താളം തെറ്റിയ പുളപുളപ്പ്
(സുഭാഷിണി അലി
തീത്തൈലമായ്
തെരുവിൽ തിളച്ചുനിന്നിട്ടെന്തുകാര്യം)

അച്ചടിശാലകൾ നിറയെ
അഴുക്കുകൾ കുത്തിയൊഴുകിയ
സുപ്രഭാതങ്ങൾ.....
ചാനലുകളിൽ തലങ്ങും വിലങ്ങും
ശരീരപിണ്ഡങ്ങൾ പൊന്തിക്കിടന്ന
ദേശാന്തരസന്ധ്യകൾ......
കാറ്റിൽ നിന്ന് കാറ്റിലേക്ക്
മാംസത്തിന്റെ മാസ്മരം
പടർന്നുകത്തിയ പകൽക്കോളുകൾ.....
ഉത്തരാധുനികന്റെ മഷിക്കടൽ
മാലിന്യം കുമിഞ്ഞ ഗംഗപോലെ
നിശ്ശബ്ദം.

പെണ്ണെഴുത്തിന്റെ ആൺപേനകൾ
ഉന്തിയാലും നീങ്ങാത്ത തുഴപോലെ പരവശം
ഫെമിനിസ്റ്റുകളുടെ വായ്ത്താരികളുടെ
ഫ്യൂസുകളെല്ലാം
ഒന്നിച്ചുകെട്ടുപോയതുപോലെ
സരസ്വതിയുടെ ചിത്രനഗ്നതയിൽ
ചുടുചോറുവാരിയ
കുരങ്ങുമക്കൾ
കാര്യമേതുമറിയാത്തതുപോലെ
സംസ്കാരത്തിന്റെ വായാടിച്ചെണ്ടകളെല്ലാം
ഒന്നിച്ചൊരേ നിമിഷാർദ്ധത്തിൽ
കൊട്ടുനിർത്തിയതുപോലെ
(ക്യാപ്റ്റൻ ലക്ഷ്മി പിന്നെയും
പോരാട്ടത്തെരുവിലെത്തിയിട്ടെന്തുഫലം!)

ഉദാരവൽക്കരണം
എഴുതിരി കത്തുന്ന
ഈ ദേശത്ത്
മഹാമേളയുടെ കൊടിയേറ്റമായല്ലോ
മഹാമാരിയുടെ വിളയാട്ടമായല്ലോ
ആണും പെണ്ണും കെട്ടവന്റെ പാട്ടുത്സവം
മുംബൈതലവന്റെ ടോയ്‌ലറ്റിലും
മുട്ടയിട്ടുപെരുകുന്ന
ഈ ദേശത്ത്
ദേശസ്നേഹികൾ നീണാൾ വാഴട്ടെ!
സ്വാഭിമാൻ പകലുകൾ പൂത്തുലയട്ടെ!

(1996)

അവളുടെ വഴിയിൽ അവൻ!

വഴിതേടിയൊരു വഴിയിൽ അവൾ നടക്കേ
വഴിമുടക്കുന്നവൻ നിൽക്കുന്നു!
ഇടതേടിയിടവഴിയിൽ അവൾ നടക്കേ
ഇടകൊടുക്കാത്തവൻ നിൽക്കുന്നു!

മറുവഴികൾ തേടുവാൻ അവൾ നടക്കേ
കുറുവഴികൾ മറികടന്നവൾ നടക്കേ
അവൻ നിൽക്കുന്നു
പിന്നെയും!
കിന്നരിപ്പുഴയോരങ്ങളിൽ
പൊന്തതൻ തണലോരങ്ങളിൽ
പൂമണം മുറ്റും കാട്ടുവഴികളിൽ
അവൾ പിന്നെയും വഴിതേടവേ
അവൻ നിൽക്കുന്നു പിന്നെയും!
(തെരുവിലൂടൊറ്റയ്ക്കു പോകവേ
ഇരതേടിയെത്തുന്നു ചെന്നായ?
പുഴകടന്നക്കരെപ്പോകവേ
കടവിലെപ്പാറയിൽ ചെന്നായ?

വഴിയായ വഴിയൊക്കെ അവൾ നടന്ന്
വഴിമുട്ടിയവൾ നിന്നു മിഴിയടക്കേ
ചിറിയിലൊരു ദുരയാർന്ന ചിരിമുഴുത്ത്
അവനതാ
പിന്നെയും
നിൽക്കുന്നു!

(1996)

ഭോജികൾ - ഭോജികൾ

ഒരു പെണ്ണിനെ
നാലഞ്ചു ഭോജികൾ
ഒന്നിച്ചു-
ഭക്ഷിപ്പതെങ്ങനെ?

എങ്ങനെയെന്നു ഞാൻ
ഇന്നെന്റെ കാഴ്ചതൻ
കൃഷ്ണശിലകളിൽ
നിത്യവും
കൊത്തിവെക്കുന്നു

അനിയത്തിയെന്ന നാലക്ഷരം
നെഞ്ചിൽ നിലാവായ് നിറഞ്ഞവൻ
പേനായ്ക്കളോരിയിട്ടാർക്കുന്ന തെരുവിലി-
ന്നാരെയായ് കാതോർത്തു കാക്കുന്നു?

പെങ്ങളെന്നോമനപ്പേരിന്റെ തീരത്ത്
വെയിൽ കാഞ്ഞുനിന്നു നിറഞ്ഞവൻ
ഇന്നേതു കാലിത്തൊഴുത്തിൻ ചെളിയിൽ-
ക്കിടന്നാണു കാമക്കുളമ്പടിക്കുന്നു?

ജീവിതം
കൊത്തിപ്പറക്കുന്ന കാഴ്ചതൻ
കാഠിന്യമേൽക്കെ, യെൻ
കൃഷ്ണമണികളും
കെട്ടുപോകുന്നുവോ?

(1996)

പെൺപിറന്നവൾക്ക് സ്നേഹവാക്കുകൾ

പെൺപിറന്നവളേ
ആൺപിറപ്പുകളൊക്കെയും
ആണുങ്ങളല്ലെന്ന്
നീ അറിക!

(ആണുങ്ങളൊക്കെയും
ആങ്ങളമാരല്ലെന്നുമറിയുക!)

നിന്റെ മാംസത്തിലേക്ക്
അതിക്രമിച്ചുകടക്കുന്നവനെ
ഏതു വിധമാണ്
നീ നേരിടുക?

അതിക്രമിയുടെ ചോരക്കുഴലുകൾ
മുറിച്ചു കടന്ന്
അവന്റെ ത്രാണിയിലൂടെ
തുളച്ചുകയറാൻ
ഒരായുധം
നീ കൊണ്ടുനടക്കാത്തതെന്ത്?

പെൺപിറന്നവളേ
നിനക്കു നീയേ തുണ!
തുണയായും തണലായും
അപരൻമാരെത്തില്ലെന്നറിക!

(1996)

ഒരു പെണ്ണിൻ കഥ

ആദ്യം കാണുമ്പോൾ
അവളൊരു തീനാവ്
പിന്നെയവൾ
കറുത്ത ജ്വാലയായ് വളർന്നു
ഒട്ടും വൈകാതെ
പൊള്ളും ലാവയായ്
അവൾ കുത്തിയൊഴുകി.

ഒഴുക്കിലോളങ്ങളിൽ
അവൾ
നിറഞ്ഞു നീരാടി നിൽക്കെ,
ഒറ്റുവലക്കാരൻ
ചൂണ്ടയുമായി വന്നു.

പിന്നെ?
കഥ നീളുന്നില്ല-
കോളുകളിൽ
നീന്താനിറങ്ങിപ്പുറപ്പെട്ടവൾ
ചത്ത മീനിന്റെ
ഗതികിട്ടാപ്രേതം പോലെ
ഇന്നു തിരകൾക്കു മുകളിൽ
പൊന്തിക്കിടക്കുന്നു

(1997)

ഒരച്ഛൻ മകളോട്

(എന്റെ മകൾ സൂര്യയ്ക്ക്)

കളകൾ വിളയുന്ന പാടങ്ങളിൽ
ഒരു കതിരിന്റെ നിറവാണു നീ!
നിലവിളികൾ പൂക്കുന്ന ചാവേർനിലങ്ങളിൽ
ഒരു മാതളപ്പൂവിന്റെ മന്ദസ്മിതം!

നിന്റെ നിറകണ്ണിലൊരു-
സൂര്യോദയം നിറവേറുവാൻ
നിന്റെ മനസ്സിന്നാകാശനീലയിൽ
പീലികളായിരം നിറന്നാടുവാൻ
നിന്നുടലിന്നുണർച്ചയിലുണ്മകൾ
ഒരു പൂക്കാലമായ് വിടരുവാൻ
നിൻ കരളിന്നാഴച്ചുഴികളിൽ ചിന്തകൾ
തിരയാളിത്തീരമെത്തുവാൻ
അച്ഛനുണ്ടാകാംക്ഷക,ളത്രയും
ഉത്കണ്ഠകളുണ്ട്, നെഞ്ചിൽ നിറയും
നെരിപ്പോടുകളുണ്ട്, സ്നേഹനൊമ്പരം പാടി-
പ്പിടയും പക്ഷികളുണ്ട്...

പക്ഷേ,
പാതിരാക്കടവിലക്കരെയെത്തുവാൻ
തോണിയും തുഴയുമായിക്കരെ നിൽക്കുവാൻ
അച്ഛനുണ്ടെപ്പൊഴുമെന്നു നീ
എപ്പൊഴുമെപ്പൊഴുമെണ്ണാതിരിക്കുക!
പുഴകളിലൊറ്റയ്ക്കുപോകുവാൻ
വഴികളിലൊറ്റയ്ക്കു പോകുവാൻ
ഇന്നേ
പഠിക്കാതിരിക്കുന്നതെന്തു നീ?

ചിത്രഗീതങ്ങൾ
നഞ്ഞുമഴകളിൽ നനഞ്ഞെത്തുന്ന രാത്രിയിൽ
അമ്മയ്ക്കുമച്ഛനും കണ്ണുകുളിർക്കുവാൻ
കാഴ്ചയും കേൾവിയും നീയാണ്, നീയാണ്
പക്ഷേ, നീ
നീയായിരിക്കാൻ പഠിക്കാത്തതെന്ത്?

വർണ്ണപ്പകിട്ടിൻ കുട പിടിച്ച്
വലക്കണ്ണിക്കുരുക്കും കുടഞ്ഞെടുത്ത്
നീരാളിജീവികൾ നടന്നെത്തും പകൽകളിൽ
അമ്മയ്ക്കുമച്ഛനും നെഞ്ചേറുവാൻ
കനിയും കിനാവും നിലാവിൻ നിറങ്ങളും
നീയാണ്, നീയാണ് പക്ഷേ, നീ
നെറികെട്ട നാവുകൾക്കെതിരായി നിൽക്കാൻ,
കയർക്കാൻ പഠിക്കാത്തതെന്ത്?

ആഭിചാരങ്ങളുറഞ്ഞുതുള്ളും
വേദിയാണിന്നു ജീവിതം
താതകണ്വനും കണ്ണടച്ചിരുട്ടാക്കും
പ്രേതായനമിന്നു കാലയാപനം.
മഴകളിലൊറ്റയ്ക്കു പോകുവാൻ
വഴികളിലൊറ്റയ്ക്കു പോകുവാൻ
ഇന്നേ
പഠിക്കുക!

കാട്ടുജന്തുവല്ല
കാർക്കോടകൻ പാമ്പല്ല
കഴുകനാം കാട്ടുപക്ഷിയല്ലല്ല
ഇന്നിരതേടിയെത്തുന്നവൻ!
സുന്ദരൻ സുസ്മിതൻ
സുകുമാര കളേബരൻ
സർവാലങ്കാര വിഭൂഷിതൻ
ഇന്നിരതേടിയെത്തുന്നവൻ
(മധുരഭാഷണം മാന്ത്രിക മാസ്മരം!
ചടുലചകിതം ചാവുകടലിൻ താളക്രമം!)

വഴികളിലൊറ്റയ്ക്കു പോകുവാൻ
ഒറ്റയ്ക്കു പോകാതിരിക്കുവാൻ
ഇന്നേ പഠിക്കുക!

ഒരു നീർപോളപോലെയല്ലല്ല മോളേ
ഈ ജീവിതം....
ഒരു നീർക്കണം നക്ഷത്രനാളമായ്
നാളെയിൽ പൂക്കുവാനാകുന്നു മോളേ,
ഈ ജീവിതം....

തലതൊട്ടപ്പന്
സമ്മതമില്ലെന്ന് കണ്ടിട്ട്
നീ നിന്റെ കാറ്റുകൾക്കൊപ്പം ചലിക്കാൻ
പുറപ്പെട്ടു നില്ക്കാതിരിക്കരുത്!

തറവാട്ടു മൂപ്പർക്ക്
നെറ്റിയും മൂക്കും വിയർക്കുമെന്നോർത്തിട്ട്
നീ നിന്റെ കാടും കയങ്ങളും
ചാടിക്കടക്കാൻ മടിക്കരുത്!

നിലവിളിത്തള്ളകൾ
നെഞ്ചത്തടിക്കുമെന്നോർത്തിട്ട്
നീ നിന്റെ മുള്ളും മുനകളും
കൈകളിൽ (കരളിലും)
കരുതാതിരിക്കരുത്!

പക്ഷേ,
മുച്ചുവടിലൊരു പാതാളമുണ്ട്
പാതാള വഴികളിലൊരു വേതാളമുണ്ട്
വേതാളഭീകരൻ കോർക്കുന്ന ചൂണ്ടയിൽ
ഒരുവേള, നാളെ നീ,
വീണുപോകുമ്പൊഴും
ഒരു ചുവടിലിരുചുവടിലുയരുവാൻ
ഒരു കൈ നിനക്കായ് തുണയ്ക്കപ്പെടും
ഒരു വാൾ നിനക്കായ് ഉയർത്തപ്പെടും
അതു നിനക്കുയിരിന്റെ പാലമായ് തീർന്നിടും
അതു നിനക്കുണ്മതൻ മേഘമായ് പെയ്തിടും
അതു നിനക്കുജ്ജീവനത്തിന്റെ ഗീതകം,
അതു നിനക്കതിജീവനത്തിന്റെ ഗാഥയും!

(1997)

കാക്കപ്പെണ്ണുങ്ങൾ

കാക്കത്തൊള്ളായിരമുണ്ട്
കാര്യങ്ങൾ,
പയ്യാരങ്ങൾ, വേണ്ട
കാഴ്ചകൾ എപ്പോഴും നിരീക്ഷിക്കണം
കാഴ്ചപ്പാടുകൾ നിരന്തരം പരിശോധിക്കണം
മാടപ്രാവുകൾക്കോ?
പകൽ മുഴുവൻ
മട്ടുപ്പാവിൽ
കുറുകി കുറുകി
ഇരുന്നാൽ മതി
കൂടെ വരാൻ ആളുണ്ടോ?
കൂട്ടിരിക്കാൻ കോളുണ്ടോ?

മാരിമഴ പെയ്തിറങ്ങുമ്പോൾ
മഴകളിൽ
മഹാമാരി കുമിഞ്ഞു പെരുകുമ്പോൾ
മഹാമാരിപ്പെരുമയിൽ
മൂലോകവും മുടിഞ്ഞു മുങ്ങുമ്പോൾ
കാക്കപ്പെണ്ണുങ്ങൾക്ക്
പണിയോ പണി!
അടുക്കളപിന്നാമ്പുറം അടിച്ചു തളിക്കണം
തൊടിയും തോപ്പും വെടിപ്പാക്കണം

മേടക്കൂറുകൾ കുറുകിയെത്തുമ്പോൾ
മാടപ്രാവുകൾക്ക്
മനം പോലെ മംഗല്യം!

ആവണിക്കാലം പാടിയെത്തുമ്പോൾ
മംഗല്യവതികൾക്ക്
കരൾ നിറയെ പൂവിളിയും പൂത്തിരിയും!

ഇണയാവാൻ ആണുണ്ടോ!
തുണയാവാൻ തൂണുണ്ടോ?
(അപ്പോഴാണ് നമ്മുടെ മാർജ്ജാര പുരുഷന്മാർ
മൂരി നിവരുന്നത്... മട്ടുപ്പാവു നോക്കി മണംപിടിച്ച്,
കൗശലപൂർവം ചുവടനക്കി,
ചുണ്ടുണർത്തി കണ്ണുംനട്ട് മേലോട്ട്...)

തുണവേണോ, തുണവേണോ
ആൺ തുണ വേണോ?
തുകിൽവേണോ, തുകിൽവേണോ
ആഗോളത്തുകിൽ വേണോ?
തുടി വേണോ, തുടൽ വേണോ?
തുടിയും തപ്പും തുടലും വേണോ?

പുമാന്മാർ പുലമ്പും
പുത്തൻ ഇശലുകൾ
കേട്ട വാറേ
മനമിടറി കഴലിടറി
തലമറന്ന് മുറ മറന്ന്
കതിരൊളിയിൽ കളിയായി
വടിവൊടിവിൽ വിളയാടി
പുന്നാരികൾ
മെല്ലെ
കീഴോട്ട്
പൂമുറ്റത്തേയ്ക്ക്!

മേനിയഴകേ
മുരശൊലിയേ
കടമിഴിയാളേ
കാമാക്ഷിയേ...!
എന്നിങ്ങനെ അഴകന്മാർ പേശും
അശകൊശലൻ പാട്ടുകൾ
കേൾക്കവെ, പുന്നാരപ്പുതുമാരികൾ,
പൂടയെല്ലാം സ്വയം പൊഴിച്ച്
അടിപൊളി നടനകേളിയിൽ
മതിമറക്കുകയല്ലേ...

ഇണയിണയിണയിണയേ
വായോ!
ഇരയിരയിരയിരയേ
തായോ!
(ഒരു നേരത്തേക്ക് ഒരിണ അഥവാ ഒരിര
ഓരോ നേരത്തേക്ക് ഓരോരോ
ഇരയിണ എന്ന് സാരാംശം, അങ്ങിനെയല്ലേ?)

മാനത്തുനിന്നും മുളച്ചപോലെ
(കുന്നത്തു കൊന്നയും പൂത്തപോലെ എന്നു മറുമൊഴി)
എന്ന മട്ടിൽ, മട്ടുമാറ്റിക്കൊണ്ട്,
പെണ്ണെഴുത്തിന്റെ കതിരുംകൊത്തി
ഓരോരോ മാടപ്രാവുകൾ
മലയാള മുറ്റത്തും
തലതിരിഞ്ഞു
താഴ്ന്നിറങ്ങുന്നത്...
ആൺതുണകളായ തുണകളൊക്കെയും മാർജ്ജാര-
പുരുഷന്മാരായി സ്വയം ഭവിച്ച്, കണ്ണു കൂർപ്പിച്ച്,
കാതുകൂർപ്പിച്ച് തറയിലേക്ക്...
അപ്പോൾ കിടക്കുന്നു.
ദാ!
പൂടയെല്ലാം പോയ്പ്പോയ
ഒരു മുഴുപെണ്ണത്തം!

കാക്കപ്പെണ്ണുങ്ങളോ?
കാർക്കോടകന്റെ കിനാവള്ളികളിൽ കുടുങ്ങാതെ
കർക്കിടത്തിന്റെ കള്ളക്കളികളിൽ തോൽക്കാതെ
ഒറ്റക്കണ്ണിലും കാഴ്ചകണ്ട്
ഒറ്റക്കാലിലും കാഴ്ചപ്പാട് നിലനിർത്തി
കൂട്ടുള്ളപ്പോൾ കൂട്ടായും
ഒറ്റയ്ക്കാകുമ്പോൾ ഒറ്റയായും
ജീവിതം
അതിജീവിതം
തുടരുകയല്ലോ...

(2001)

സുകന്യയുടെ ഈ നേരങ്ങൾ

(സൂര്യനെല്ലിയിലെ പെൺകുട്ടിക്കും സമാനജീവിതങ്ങൾക്കും വേണ്ടി)

സുകന്യ,
പേനായ്ക്കളാൽ നക്കിമാറ്റിയ നിന്റെ നിറവുകൾ!
എച്ചിലുകളാൽ കൂമ്പാരമാക്കപ്പെട്ട നിന്റെ നിനവുകൾ!
ഉറവകളിൽ കൊല ചെയ്യപ്പെട്ട
കന്യാജലമായ നീ.........!

സുകന്യ,
നിലാവിനെപ്പോലെ ശുഭ്രയായവൾ നീ.
നൊമ്പരപ്പൂപോലെ നിറവാർന്നവൾ നീ.
വേലിയേറ്റത്തിരപോലെ സ്നേഹമാർന്നവൾ
(കോമ്പല്ലുകളിൽ ക്രൂശിക്കപ്പെട്ട നിലാവുകൾക്ക്
അവകാശിയായവൾ നീ തന്നെ!
മോഹാലസ്യങ്ങളിൽ കവിഞ്ഞൊഴുകിയ നൊമ്പരങ്ങൾക്ക്
കൂട്ടായവളും നീ തന്നെ!)

പക്ഷേ, സുകന്യ!
ഖദർക്കുപ്പായങ്ങൾ എല്ലാം മൂടുന്നില്ല
പഴുത്ത കൈപ്പത്തികൾ എല്ലാം
മാന്തിക്കീറുന്നില്ല
എച്ചിൽനാക്കുകൾ എല്ലാം
നക്കിത്തീർക്കുന്നില്ല.

ഇല്ല, സുകന്യ!
അവരുടെ നേരമ്പോക്കിൽ
എല്ലാം
തീരുന്നില്ല......
പ്രാണനിൽ ഒരു മരുത്തായി പടർന്നു കത്താൻ
നൊമ്പരങ്ങളിൽ ഒരു വേനൽപ്പൂവായി വിടർന്നുണരാൻ

സുകന്യ,
നീ വേണം!
ഒറ്റച്ചിലമ്പിൽ ഇനിയുമൊരു പ്രതികാരവേഗം
കണ്ണീർതിരകളിൽ ഇനിയുമൊരു കപ്പൽച്ചേതം
ചോരത്തറകളിൽ ഇനിയുമൊരു കാളിത്തോറ്റം

സുകന്യ,
നീ വേണം!
തുടലില്ലാത്ത വേട്ടനായ്ക്കൾ
തിമർക്കുകതന്നെയാണിപ്പൊഴും
വിശ്രമ മന്ദിരത്തിന്റെ മുറ്റങ്ങളിൽ
നക്ഷത്രമേടകളുടെ തട്ടുമ്പുറങ്ങളിൽ
കണ്ണില്ലാത്ത കാട്ടുജന്തുക്കൾ
കേളികൾ തുടരുകതന്നെയാണിപ്പൊഴും

പക്ഷേ, സുകന്യ!
നിന്റെ നെരിപ്പോടുകൾ നീറിനിൽക്കാൻ തന്നെ
തീരുമാനിക്കുമ്പോൾ
ഇരുട്ടിലുപജീവിക്കും ജന്തുജന്മങ്ങൾക്ക്
താവളം നഷ്ടപ്പെടാതെ വയ്യ
ജപമന്ത്രങ്ങളുരുവിടും
പുണ്യാത്മാക്കൾക്ക്
മോക്ഷമാർഗ്ഗം വഴിതെറ്റാതെ വയ്യ
ആയുസ്സിന്റെ പാട്ടുപുസ്തകം
വായിച്ചിരിക്കും
കൗമാരജരാനരകൾക്ക്
കൃഷ്ണമണികൾ പൊട്ടിത്തെറിക്കാതെ വയ്യ
ആർത്തു ചിരിക്കും ജരാസന്ധന്റെ പിൻഗാമികൾക്ക്
കുടൽമാലകൾ ഓടയിലൊഴുകിപ്പോകാതെ വയ്യ.

അതേ, സുകന്യ!
രണ്ടുനാലുദിനം കൊണ്ടുരുത്തനെ
തണ്ടിലേറ്റേണ്ടതുണ്ട് നമ്മൾക്ക്
മാളികമുകളിലേറിയ മന്നന്റെ
തോളിൽ മാറാപ്പുകേറ്റേണ്ടതുണ്ട് നമ്മൾക്ക്

പുഴുക്കൾക്ക് പുഴുക്കളുടെ ഇടം
പന്നികൾക്ക് പന്നികളുടെ ഇടം
പേനായ്ക്കൾക്ക് പേനായ്ക്കളുടെ ഇടം
വിധിച്ചു വീതിക്കേണ്ടതുണ്ട് നമ്മൾക്ക്.

പുലയാടികൾക്ക് പാർക്കാൻ
(മുന്തിരിത്തോപ്പുകളല്ല)
പള്ളിപ്പുറമ്പോക്കിൽ ഒരിടം!
കിങ്കരജനുസ്സുകൾക്ക് കൊക്കുരുമ്മാൻ
(പൈങ്കിളിപ്പച്ചത്തലപ്പുകളല്ല)
കുപ്പക്കുഴികളിൽ ഒരിടം!
കങ്കാണികൾക്ക് കൊമ്പുകുലുക്കാൻ
(തറവാട്ടുതിരുമുറ്റങ്ങളല്ല)
കാളച്ചന്തകളിൽ ഒരിടം!

സുകന്യ,
ഇനി നിന്റെ നേരങ്ങളാണ്.....
പേ വാക്കിൽ
പേ നോട്ടങ്ങളിൽ
കുത്തിവെക്കേണ്ട നേരം
കിനാവള്ളികൾക്ക് നഞ്ഞുനനക്കേണ്ട നേരം
പൈങ്കിളിപ്പുന്നാരങ്ങൾക്ക് കവണകളാവേണ്ട നേരം
പാതിരാത്തൂവലുകൾക്ക് തീക്കറ്റകളാവേണ്ട നേരം

സുകന്യ,
കുളമ്പുകൾക്കടിയിൽ ചെളിജലമായ്
കെട്ടിക്കിടക്കാൻ പറ്റില്ല നിനക്ക്
പുണ്ണുകളിൽ മോഹപുഷ്പമായ്
പൂത്തുല്ലസിക്കാൻ പറ്റില്ല നിനക്ക്
കുന്തിരിക്കം പുകച്ച് കുന്തിച്ചിരിക്കും
മറിയമാവാൻ പറ്റില്ല നിനക്ക്
തവളത്തള്ളകളുടെ താരാട്ടിൽ
മലച്ചുകിടക്കുമൊരു മാലാഖയാവാൻ
പറ്റില്ല നിനക്ക്.
സുകന്യ!
ഇത് നിന്റെ നേരങ്ങൾ..................

(2001)

തെരുവിലൊരു പെണ്ണിന്റെ നെഞ്ചിൽ നിന്നും...

പാടുവാനേറെയുണ്ടെന്നാലും
പറയുവാനേറെയുണ്ടെന്നാലും
പാടുന്നതൊക്കെയും പയ്യാരമായാൽ
പറയുന്നതൊക്കെയും പതിരെന്നു വന്നാൽ
ഞാനെന്തുപറയുവാൻ,
ഞാനെന്തു പാടുവാൻ,
മാളോരേ?
എങ്കിലുമെങ്കിലും
പറയാതിരിക്കുന്നതെങ്ങനെ?
പാടാതിരിക്കുന്നതെങ്ങനെ?
പറയാതിരിക്കുന്നതെങ്ങനെ
പാടാതിരിക്കുന്നതെങ്ങനെ
മാളോരേ?
പണ്ട്–
തേനെന്ന് മധുരം മൊഴിഞ്ഞിരുന്നു
കരളെന്ന് കിന്നാരം തന്നിരുന്നു
പാലെന്ന് പാനകം ചെയ്തിരുന്നു
പൊന്നെന്നു വിലയും പറഞ്ഞിരുന്നു...
ഇന്നിപ്പോൾ–
നാണം കെട്ടവളെന്നാണ്
നാട്ടുമ്പുറങ്ങളിൽ കുരവകൾ,
നാറ്റം പിടിച്ചവളെന്നാണ്
നഗരപ്പുറങ്ങളിൽ കൂട്ടപ്പാട്ടുകൾ
നാടും നഗരവും
നാറുന്ന നാവോറു പാട്ടിൽ തുടിക്കുമ്പോൾ
ഞാനെന്തു പാടുവാൻ,
ഞാനെന്തു പറയുവാൻ മാളോരേ?

എന്നാലുമെങ്കിലും
പറയാതിരിക്കുന്നതെങ്ങനെ,
പാടാതിരിക്കുന്നതെങ്ങനെ
മാളോരേ?

പറയാൻ തുടങ്ങുമ്പോൾ തന്നെ
മേനിക്കൊഴുപ്പന്മാർ കണ്ടപ്പന്മാരുടെ
മേനി വിയർക്കുന്നു,
കണ്ടോ?
പാടാൻ തുടിയെടുക്കുമ്പോൾ തന്നെ
പുണ്ണാക്കന്മാർക്കു പിറന്നോരുണ്ണിമാരുടെ
ഊണുറക്കങ്ങൾ കെടുന്നതും
കണ്ടോ?
നാടാകെ പാട്ടായ
നീറുന്ന പാട്ടുകൾ പാടുമ്പോൾ
നാറുന്ന കഥകൾ പറയുമ്പോൾ
തട്ടകം വാഴുന്ന താഴികത്തമ്പ്രാക്കൾ
തറ്റുടുത്തിട്ടും തിരിഞ്ഞുമറിഞ്ഞിട്ടും
തഴുതിട്ടു നിൽക്കുന്നു,
കണ്ടോ?

(2004)

വേട്ടയ്ക്കൊരു മകനല്ല*

അല്ല
വേട്ടയ്ക്കൊരു മകനല്ല;
ഏതിടനാഴിയിലും നാട്ടിടവഴിയിലും
ഏതുതെരുവിലും തുറസ്സിലും
ഏതുൾമുറിയിലും ഉടലാഴത്തിലും
വേട്ടയ്ക്കൊരു മകളാണിപ്പോൾ!

കതിവനൂർവീരൻ[1] കാണാമറയത്താണ്.
കണ്ടനാർകേളൻ[2] കേവലം കേളീപാത്രമാണിന്ന്
പുലിമറഞ്ഞ തൊണ്ടച്ചൻ[3] കാട്ടിലൊറ്റപ്പെട്ടലയുന്നവൻ
പൊൻമകളോ പിന്നിലേക്കോടിമറഞ്ഞവസാനിക്കുന്നു.

കടമ്പുപൂക്കും കരളിൽ
കണ്ണൻ കുഴലൂതുമ്പോൾ
ചെന്നായ(ക) വേഷങ്ങൾ
വേട്ടയ്ക്കിറങ്ങുകയാണ്
-എപ്പോഴും
വേട്ടയ്ക്കൊരു മകൾതന്നെ!
കുന്നിറങ്ങിവരുമ്പോൾ
ഇവളൊരു കുഞ്ഞാട്-
ഏതു കാലഭൈരവനും
കഥകേടായ്
കഥകഴിക്കാം.

---

* ദ്രാവിഡപുരാവൃത്തങ്ങളിൽനിന്നുമുയിർക്കൊണ്ട വീരാപദാനകഥയിലെ നായകപാത്രമാണ് 'വേട്ടയ്ക്കൊരുമകൻ'. ഈ പേരിന്റെ പദപ്രയോഗത്തെ സമകാലികജീവിതത്തിന്റെ പെണ്ണവസ്ഥയുമായി ബന്ധപ്പെടുത്തിയിട്ടുള്ള ഒരുതരം വക്രോക്തിയാണ് ഈ തലവാചകം.

കുറിപ്പ്: 1, 2, 3: കീഴാളവർഗ്ഗത്തിന്റെ പ്രാതിനിധ്യങ്ങളായ വീരപുരുഷന്മാർ ഉത്തകേരളത്തിന്റെ ജനമനസ്സിൽ ഇപ്പോഴും ഇവരുടെ അപദാനങ്ങൾ തെയ്യം - തോറ്റങ്ങളായി ബാക്കിനിൽക്കുന്നു.

മഴയിൽ കുളിച്ചുവരുമ്പോൾ
ഇവളൊരു മാടത്ത—
ഏതു കണ്ടൻപൂച്ചക്കും
മണംപിടിച്ചു
രുചിയറിയാം.

അല്ല,
വേട്ടയ്ക്കൊരുമകനല്ല
വേട്ടയ്ക്കൊരു മകളിപ്പോൾ!

(2006)

അതിജീവിക്കുന്നവർ

മേഘസങ്കടങ്ങളായ്
ആകാശങ്ങളിലലഞ്ഞ്
ഇടിമിന്നൽ നേരമെത്തുമ്പോൾ
പിടഞ്ഞവസാനിച്ചവർ ഞങ്ങൾ....

ശിലാശില്പകൂടങ്ങളിൽ
നാഗിനികളായ്
പുളഞ്ഞ് ഫൂൽകാരമാർന്ന്
സാധകം സാധിച്ചവർ.

കാമായനീതീരങ്ങളിൽ
മയിലായ് പറന്നുലഞ്ഞ്
മാൻപേടയായ് ഓടിത്തളർന്ന്
ഒടുവിലൊറ്റക്കായ്
കീഴ്പ്പെട്ടുപോയവർ.

യക്ഷകിന്നരകുമാരന്മാർ
വേലിയും കടന്നെത്തി
ദാഹനീർ ചോദിച്ചപ്പോൾ
കുമ്പിളായ് മാറി
ശമനം കൊടുത്തവർ.

ജടാധാരികൾ
പുണ്യാഹനാമരൂപികൾ
കാമക്രോധത്തിൻ കമണ്ഡലു കുലുക്കി
ആശ്രമാങ്കണമെത്തുമ്പോൾ
പൂജാവിധികൾ മറന്നവർ.

ഇപ്പോഴും
ജടാധാരികളെത്തുന്നുണ്ട്.

കിന്നരകുമാരന്മാർ
കുമ്പിളും തേടിയെത്തുന്നുണ്ട്.

ഇപ്പൊഴും
നായാടികളെത്തുന്നുണ്ട്
പുലിയെന്നു പേരുള്ളവർ
പീഡനത്വരയാർന്ന്
പതുങ്ങിയെത്തുന്നുണ്ട്.

എന്നാലിപ്പൊഴും
കൊക്കിൽ കതിരും കൊത്തി
നഖങ്ങളിൽ നിശിതമുനയും കോർത്ത്
അലയാഴികൾക്കു മുകളിലാകാശങ്ങളിൽ
പറക്കുന്നവർ ഞങ്ങൾ.

ഇപ്പൊഴും
അതിജീവിക്കുന്നവർ
ഞങ്ങൾ.

(2006)

പടുപാട്ടിൽ പിടയുന്നവൾ പെണ്ണേ!*

തിലകം ചൂടി
തിടമ്പുകൾ ചുമടേറ്റി
താലപ്പൊലികളിൽ തിരളും
പെണ്ണേ!

പൂടപ്പുടവകൾ കുടഞ്ഞെറിഞ്ഞും
പുളകങ്ങളിൽ
പിടഞ്ഞൊഴുകിപ്പുളഞ്ഞും
തുള്ളിത്തുളുമ്പിത്തീരുന്നവൾ
പെണ്ണേ!

മീൻകണ്ണിയായ് മിനുങ്ങിത്തെളിഞ്ഞും
മേഘമോഹങ്ങളിൽ
നീന്തിത്തളർന്നും
ഒടുവിലൊരു ചത്തമീനിന്റെ
ചീഞ്ഞ ജീവിതം പോലെ
ചന്തയിലൊടുങ്ങുന്നവൾ
പെണ്ണേ!

കെടുതിത്തിരകളിൽനിന്നും
കരതൻ കാരുണ്യത്തിലേക്ക്
നീ തിരിച്ചെത്തും കാലം
ഏതു കാലം പെണ്ണേ?

അഴകൻ രാവണൻ
അഴകൊഴമ്പൻ രാമബാണൻ
കചൻ കീചകൻ കൃഷ്ണഗോപാലകൻ
എന്നിങ്ങനെ

ആൺപിറപ്പുകൾ
ആറായിരങ്ങളും
ഉടലുകളുലർത്തിയെത്തുമ്പോൾ
അടിപൊളിഞ്ഞ്
ആടകളഴിഞ്ഞ്
ഉടലും ഉലകവുമൊരുപോലെ
ചൂഴ്നിലമായ് ചുളുങ്ങുന്നവൾ
പെണ്ണേ!

ചടുലവേഗത്തിൽ കുളമ്പടിച്ച്
കടുവേഷങ്ങളിൽ
4 പയ്യന്മാർ വന്ന്
'മുട്ടിയുരുമ്മി നിന്നാട്ടെ!' എന്ന്
പടുപാട്ടിൻ പാതാളതാളത്തിൽ
പൊട്ടിത്തെറിക്കുമ്പോൾ
പിടയായ് വെറും പാവാടയായ്
പിടയുന്നവൾ പെണ്ണേ!
(പാവം പാഞ്ചാലിയാൾ പെണ്ണേ!)

ഒടുവിൽ
ഒറ്റച്ചിലമ്പിലൊരു കിടിലം കണക്കെ
പിടഞ്ഞുണരുമൊരു
നേരമേതാണ് പെണ്ണേ?

'ലജ്ജാവതിയേ!' എന്നും
'സുന്ദരിയേ! സുന്ദരിയേ!' എന്നും
വായ്ത്താരിയാൽ വിഴുപ്പുകൾ വിളമ്പി
ഓരോരോ വഷളന്മാർ വന്ന്
'വാ! വാ!' വിളിക്കുമ്പോൾ
തുകിലും പോയ്
തുടലും പോയ്
പിടക്കോഴിപ്പരുവത്തിൽ
തളരും പെണ്ണേ!
തകിടിയിൽ
താഴ്വാരത്തിൽ
പുല്ലാനിപ്പൊന്തയിൽ

പുഴതൻ കരകളിൽ
അഴകായ്
അഴകൊഴമ്പായ്
അഴുകിത്തീരുന്നവൾ
പെണ്ണേ!

പിടക്കോഴിപ്പുന്നാരങ്ങൾക്കപ്പുറം
ആകാശങ്ങളിൽ നീ
പറന്നുയരും നേരമേതാണ് പെണ്ണേ?

'രാക്ഷസീ! രാക്ഷസീ!' എന്ന്
പതിനേഴഴകിൻ കിന്നാരങ്ങൾ
കിലുക്കിയും
പാതിരാപ്പാട്ടിൻ പല്ലവികൾ
പുലമ്പിയും
ഊളന്മാർ
ഊഴമിട്ടെത്തുമ്പോൾ
കലിയും കരുത്തും കൊക്കിൽ
കോർത്ത്
നേരും നെറിയും
നെഞ്ചിലുറപ്പിച്ച്
നഖരങ്ങളിൽ
പ്രതികാരങ്ങളുണർത്തി
നീ പൊരുതിപ്പാടും നേരം.
- ആ നേരമെത്തുന്ന നേരം
ഏതു നേരം പെണ്ണേ?

(2008)

* 'പെണ്ണേ!' എന്ന വിളിക്കുപകരം 'ആണേ!' എന്നു വിളിച്ചുകൊണ്ടും ഈ പാട്ടുകവിത പുനർവായിക്കാവുന്നതേയുള്ളൂ - വാക്കുകളിലും പ്രയോഗങ്ങളിലും ചില ചെറിയ മാറ്റങ്ങൾ വരുത്തിയാൽ മതിയാവും.

സംഘമിത്ര വീണ്ടും

ഒരു കരത്തിലിമയിടറും ഒരു തിരിയും പേറി നീ
മറു കരത്തിലൊരു ചിതറും പൂങ്കുലയും പേറി നീ
വാഴ്‌വിലിന്നു വരികയായി
സംഘമിത്ര നീ!

മനുഷ്യപുത്രമരണമണം വഴിതടഞ്ഞ വഴികളിൽ
പെരുമഴയിൽ പൊറുതികെടും കാറ്റുപോലെ വന്നവൾ
കാമനകൾ ചുടല വെന്ത കാതരമാം മിഴികളിൽ
കേഴുവാനുണർന്നു വന്ന കടലുപോലെ വന്നവൾ
വാഴ്‌വിലിന്നു വരികയായി
സംഘമിത്ര നീ!
സംഗരങ്ങളമറിനിന്ന സമതലം നടന്നുകേറി
എന്തിനിന്നു വന്നു നീ കുമാരികേ?
കദനവും കിനാക്കളും കെട്ടിനിന്ന കടലുതാണ്ടി
എന്തിനിന്നു വന്നു നീ കുമാരികേ?
കുരുതിയും ചതികളും ദുരിതമാരണങ്ങളും
പെരുകിടുന്ന ഭൂമിവാസമിന്നു നിന്റെ പൈതൃകം കുമാരികേ!

എവിടെ നിന്റെ ഗൗതമൻ,
ചുവടു വിട്ടിറങ്ങിവന്ന ഗൗതമന്റെ ചുവടുകൾ?
എവിടെയിന്നു ശരണമന്ത്ര സംഘയാത്രികർ,
പടനിലം ചവിട്ടിവന്ന ചക്രവാതദുഃഖിതർ?
എവിടെ നിന്റെ താതനായ വിജയവിക്രമൻ,
എവിടെ നിന്റെ താതനന്നു തേർതെളിച്ച രുധിരവീഥികൾ?
എവിടെ വീരഗാഥകൾ,
സ്തംഭമായ് തുടിച്ചുണർന്ന പീഠഭൂമികൾ?
സംഗരം തിമിർത്തുപെയ്ത സമതലങ്ങളിൽ പിറന്ന
സൂര്യജാതഖേദമായ ശാന്തിഗീതകം?

തേർ തെളിച്ചു വന്നതല്ല
ഇന്നു നീ കുമാരികേ!
പോർവിളിച്ചു വന്നതല്ല
ഇന്നു നീ കുമാരികേ!
വറുതി കണ്ടു വന്നവൾ
കുരുതി കണ്ടു വന്നവൾ
കരളു നൊന്തു വന്നവൾ
ഇന്നു നീ കുമാരികേ!

വഴി നടന്നു പുഴ കടന്നു-
ദ്വീപമാല ചുറ്റുവാൻ
പുരികൾ ദൂരനഗരികൾ
പലവിധങ്ങൾ കാണുവാൻ
വൻകരയ്ക്കു മധ്യെയുള്ള പർവതങ്ങൾ പെരുമകൾ
കുറുകെ നീളെ നീയളന്നു സൂര്യനഗരമെത്തുവാൻ
യാത്ര വന്നവൾ
സംഘമിത്ര നീ!

ചോരവീണ വഴികളിൽ
നീ നടന്നു കേറവേ
തോരണങ്ങളാർത്തുനിന്ന
രാജവീഥിയിരുളവേ
സഹചരന്റെ സാന്ത്വനങ്ങളുരുവിടുന്ന മൊഴിയുമായ്
എവിടെ നിന്റെ രാഹുലൻ, എവിടെ നിന്റെ സോദരൻ?....

സഹചരന്റെ സാന്ത്വനങ്ങളുരുവിടുന്ന ദൂതുമായ്
ഇനി വരില്ല രാഹുലൻ, ഇനി വരില്ല രാഹുലൻ....
പകരമിന്നു ദൂരെനിന്നു മല തുരന്നു വരികയായ്
പുഴ കടന്നു താഴ്വാരങ്ങൾ മറികടന്നു വരികയായ്
കടൽ കടന്നു കാറ്റുപോലെ കോളുകൊണ്ടു വരികയായ്
കറുകറുത്ത ഭൂമി പെറ്റ
നൂറു നൂറു സോദരർ!
സഹജനായ സോദരന്റെ സ്നേഹമന്ത്ര മൊഴിയുമായ്
ഇനി വരില്ല രാഹുലൻ, ഇനി വരില്ല രാഹുലൻ....
പകരമിന്നു തറ്റുടുത്തു തുടിമുഴക്കി വരികയായ്
പടനിലം കൊളുത്തിവെച്ച പാവകന്റെ കൊടിയുമായ്

പള്ളി കൊണ്ട പുരികൾ കാത്ത പൂർവികന്റെ വാളുമായ്
വരികയായി വരികയായി വീരമുദ്രയണിയുവാൻ
അമ്മ ഭൂമി നൊന്തുപെറ്റ
ആയിരങ്ങൾ സോദരർ!
തരിശിടങ്ങൾ താണ്ടി വന്നു-
ഹരിതഭൂവിലെത്തുവാൻ
ഹരിതസ്വപ്നഭൂമി കണ്ടു സ്വന്തമാക്കുവാൻ
യരുശലേമിലെത്തിടാനൊരുങ്ങിടുന്ന യാസ്സറും
ഇന്നു നിന്റെ സോദരൻ!
കാപ്പിരിക്കിനാക്കളിൽ പൂത്തുലഞ്ഞ്
രക്തമഴകളിൽ കുളിച്ചുനിന്ന്
മോചനം അല്ലയെങ്കിൽ മരണമെന്ന
മന്ത്രമുരുവിടുന്ന നെൽസനെന്ന ധീരനും
ഇന്നു നിന്റെ സോദരൻ!

ദൂരദൂര സമതലങ്ങൾ
ദൂര സാഗരങ്ങളും
മറികടന്നു വരികയാണ്
നിന്റെ സോദരർ!
സംഘബോധഗീതകം മുഴക്കിടുന്ന സോദരർ!
സൂര്യനഗരമെത്തുവാനുണർന്നിടുന്ന സോദരർ!...

ജനപഥത്തിലിന്നുമുണ്ട് ദുഃഖഭരിത ജീവിതം
ജനപഥത്തിലിന്നുമുണ്ട് രോഗദുരിത വാർധകം
ജനപഥത്തിലിന്നുമുണ്ട് മുതുകൊടിഞ്ഞ യൗവനം
ജനപഥത്തിലിന്നുമുണ്ട് പാതകങ്ങൾ മാരണങ്ങൾ മരണവും!

ജനപഥങ്ങളിരുളിലാണ്ടു വീണ്ടുമിന്നുമാഴ്കവേ
വാഴ്‌വിലിന്നു വരികയാണു സംഘമിത്ര നീ!....
ഒരു വരണ്ട നിലവിളിക്കു ജീവിതങ്ങൾ കാതുകോർക്കവേ
വാഴ്‌വിലിന്നു വരികയാണു സംഘമിത്ര നീ....

വേർപ്പുകളിൽ പൊള്ളിനിന്ന പകലുകളിൽ നീ നടന്ന്
വേദനയിൽ വെന്തുരുകും രാവുകളിൽ നീ നടന്ന്
കർക്കിടങ്ങൾ കോളുകൊണ്ട കടലുതാണ്ടി വന്നവൾ
കരിവിഷങ്ങൾ ചീറ്റി നിന്ന കടവിലൂടെ വന്നവൾ
വാഴ്‌വിലിന്നു വരികയായി
സംഘമിത്ര നീ!.....

അർബുദങ്ങളഴുകിനിന്ന തുറമുഖത്തിലൂടെയും
അടിമവർഗ്ഗമുടലുവെന്ത നഗരവീഥിയുടെയും
സഞ്ചരിച്ചു സഞ്ചരിച്ചു വന്നവൾ
സൂര്യനഗരമെത്തുവാനൊരുങ്ങിടുന്ന യാത്രികേ,
വാഴ്‌വിലിന്നു വരികയായി
സംഘമിത്ര നീ!

സഹജനായ സോദരന്റെ ദുരിതസങ്കടങ്ങളിൽ
സ്നേഹവചനസാന്ത്വനങ്ങളുരുവിടുന്ന മിത്രമേ,
വാഴ്‌വിലിന്നു വരികയായി
സംഘമിത്ര നീ!

(1987)

സംഘമിത്രയുമായി ഒരു സൗഹൃദഭാഷണം

ഇനിയും ഒരു രോദനഗീതം
തലമുറകൾക്ക് പകർന്നു കൊടുക്കാൻ
സംഘമിത്രാ
നിനക്കവകാശമില്ല
ക്രൗര്യത്തിന്റെ വേനലുകൾ കത്തിപ്പടരുമ്പോൾ
ഒരു കുമ്പിൾ കാരുണ്യം ആചമിച്ച്
ഇനിയും നമ്മൾക്ക് ദാഹം തീർക്കാനാവില്ല
നിനക്കറിയുമോ, ലങ്കയിൽ കട്ടകെട്ടിത്തണുക്കുന്ന ചോര
ഒരുവംശവൈരത്തിന്റെ പാതകചിത്രം മാത്രമല്ല
ഭോപ്പാലിൽ പിടഞ്ഞവസാനിച്ച പത്തായിരം ജീവിതങ്ങൾ
ഒരു ദുരന്തത്തിന്റെ ധൂമിലചരിതം മാത്രമല്ല
സുവർണ മന്ദിരത്തിന്റെ താക്കോൽകൂട്ടം
കാവൽപട്ടാളത്തിന്റെ കയ്യിൽ പെട്ടതും പിന്നെ
പഞ്ചാബിന്റെ ഹൃദയത്തിൽ മരണങ്ങൾ കുമിഞ്ഞതും
പിന്നെ കുരുതികൾ നവദില്ലിയോളം പടർന്നതും
സ്വാഭാവിക സംഭവങ്ങളുടെ ഛായാഫലകം മാത്രമല്ല
സംഘമിത്രാ
ഒരു കറുത്ത കാലത്തിന്റെ വേലിയേറ്റമാരംഭിക്കുന്ന
അഴിമുഖത്താണ് നമ്മളിപ്പോൾ
ഒരു ചുടലക്കളത്തിന്റെ തെക്കേത്തലയ്ക്കലിരിക്കുന്ന
ഹരിശ്ചന്ദ്രന്റെ പേരക്കുട്ടികളുടെ
ഈ വിധി
വെറുംതലയിൽ പേറാൻ നമുക്കാവില്ല
പൊരുളും വെളിപാടും അരുളപ്പാടുകളും
വടവൃക്ഷച്ചുവട്ടിലെ മിഥ്യകൾമാത്രമാണിന്ന്.
ചവിട്ടിക്കയറേണ്ട മലമടക്കുകൾ പലതുണ്ട്
നീന്തിക്കടക്കേണ്ട കടലിടുക്കുകൾ പലതുണ്ട്.

II

അത്‌ലാന്റിക്കിന്റെ ആഴക്കിണറ്റിൽ
അന്യന്മാർ ഈ അമ്മയുടെ മക്കളെ കൊന്നുതാഴ്ത്തുമ്പോൾ
ഏതു ശാന്തിമന്ത്രമുരുവിട്ട്
ഇനിയും നീ ഭിക്ഷ യാചിക്കുന്നു
സംഘമിത്ര?
കാടുകളെ കൊലചെയ്ത് കൗടില്യന്മാർ
സമതലങ്ങളിൽ പാർപ്പുറപ്പിച്ച് വേട്ട തുടരുമ്പോൾ
പരിത്യാഗത്തിന്റെ ഏതു പുല്ലാങ്കുഴൽ
ഇനിയും നീ പാടാനൊരുങ്ങുന്നു സംഘമിത്രാ?
ജീവനെ അപ്പമായ് ദാനം ചെയ്ത പഴയ ദേവൻ
ഇന്നിപ്പോൾ വിളഭൂമിയിൽ തീ വിതച്ച്
വേതാളകേളിയാടുന്ന കാഴ്ചകാണാൻ
നീ വിസമ്മതിക്കുന്നതെന്തിനു സംഘമിത്രാ?
പ്രേതങ്ങൾ ജീവിതത്തിന്റെ താരാട്ടുപാടുന്ന
ശകുനപ്പിഴകളെ
വാഴ്‌വേമായമെന്നു നിശ്വസിക്കാൻ
ഇനിയും നമുക്കാവില്ല, സംഘമിത്രാ!
റേഷൻകടയിൽ ക്യൂനിന്നു കിട്ടുന്ന അരിമണികൾ പോലെ
നമ്മുടെ സ്വപ്നങ്ങൾ
നിസ്സാരമാകാൻ പാടില്ല സംഘമിത്രാ!
ശിങ്കിടികൾക്കു വീതിച്ചുകിട്ടുന്ന കങ്കാണിപ്പണം പോലെ
നമ്മുടെ ആർജ്ജവം
നാണംകെട്ടുപോകാൻ പാടില്ല സംഘമിത്രാ!

III

അനന്തകോടി നക്ഷത്രങ്ങൾക്കുമിടയിൽ
കെട്ടുപോകാൻ പാടില്ലാത്തൊരു നാളമായ്
നമ്മൾക്കൊരു സൂര്യൻ
സൂര്യന്റെ താളക്രമത്തിന്റെ സംഗീതമറിയാൻ
നമ്മൾക്കൊരു ഭൂമി
ഭൂമിയിൽ നമ്മൾക്കീ ജീവിതം
സംഘമിത്രാ!

(1996)

സംഘമിത്രയുടെ യാത്രകൾ

(സംഘബോധത്തിന്റെ സംഗീതം സിരകളിൽ ആവഹിക്കുന്നവൾ സംഘമിത്ര....
ചരിത്രത്തിന്റെ പുരോപഥങ്ങളിൽ നിരന്തരം സഞ്ചരിക്കുന്നവൾ സംഘമിത്ര....
മനുജകുലത്തിനാകെയും മിത്രമായവൾ സംഘമിത്ര....)

യാത്രകൾ
പുനരാംഭിക്കുകയാണിവൾ
സംഘമിത്ര....
നിറന്ന പീലികൾ
നിറവേറാത്ത താഴ്വരകൾ
കടന്ന്
കൂരമ്പിൽപിടയും
വേടക്കിടാത്തികൾക്കൊപ്പം
പീഢനമറിഞ്ഞ്
വയലുകൾക്കിടനെഞ്ചിൽ
വിണ്ടുകീറിയ
വിലാപങ്ങൾ താണ്ടി
പിന്നെയും
പുറപ്പെട്ടുപോവുകയാണിവൾ
സംഘമിത്ര.....

ചീവിടുകൾ തുടരുന്നുണ്ട്
    ചാർവാകന്റെ ചോരയിൽ
ഹിംസ്രജീവികൾ മുരളുന്നുണ്ട്
    തഥാഗത പഥങ്ങളിൽ

ആശ്രമകവാടവും
താഴിട്ടമരുന്നതുകണ്ട്
തിരിച്ചുപോകുന്നുണ്ട്
    ദരിദ്രനാരായണൻ...

II

ശരണ മന്ത്രങ്ങളുരുവിട്ട്
വൃക്ഷച്ചുവട്
പൂകുവാനറിയാത്തവൾ
നീലപ്പൊയ്കയിൽ
താമരത്തോണി തുഴയാത്തവൾ
പിന്നെയും
പുറപ്പെട്ടു പോവുകയാണിവൾ
സംഘമിത്ര......

ചാവേർ കുഴച്ച ചെളിമണ്ണിൽ
ചതിയന്മാർ
വാരിവിതക്കുന്നുണ്ട് നാശവിത്തുകൾ......

തീർത്ഥങ്കരകൾ തോറും
ചെകുത്താൻമക്കൾ
വലയെറിഞ്ഞു കുരുക്കുന്നുണ്ട്
നല്ല നാടിന്റെ നാളെകൾ

അപ്പൊഴും
പെരുംപാത
മനുജകുലചരിതമായ്
നിവർന്നു നീളുന്നുണ്ട്...
തണലുകൾ കരിയുന്ന വഴികളിൽ
തുണയാകുവാനാര്?
സാന്ത്വനം വരളുന്ന മൊഴികളിൽ
സഖിയാകുവാനാര്?
പ്രിയനാകുവാനാര്?
(ഒരു വേള
വരളുന്ന വയലാണ്
തുണയെന്നുമാവാം
പിടയുന്ന ചിറകിന്റെ മുറിവാണ്
സഖിയെന്നുമാവാം,
പൊലിയുന്ന നിറവിന്റെ
കതിരുകൾ കൊത്തുന്ന കിളിയാണ്
പ്രിയമെന്നുമാവാം....)

III

എല്ലാ വഴികളിലും
രഥചക്രമുരുളുമ്പോൾ
ഏതു വഴിയാണ്
പോംവഴി?

പോകുവാൻ വഴിയില്ലാതെ
കൂട്ടിനു കുമാരനുമില്ലാതെ
പിന്നെയും
പോവുകയാണിവൾ
(ഇത്
കന്യാവധം കഥകളി അരങ്ങേറിയ
കുരുതിത്തറ
ഇത്
മേധങ്ങൾ തുടരും പ്രേതസമതലം
ഇത്
ജലസമാധിയിലാഴ്ന്നുപോകും
ജന്മങ്ങളുടെ കടവ്)

IV

കടലിലും കരയിലും കത്തുന്നത്
ഒരേ തീ തന്നെ.
കന്നിനിലാവിലും നറുംപാലിലും
കലങ്ങുന്നത്
ഒരേ വിഷനീലം തന്നെ,
മുറിവുകളിലും മിനാരങ്ങളിലും
മേഘങ്ങൾക്കിടയിലും
തകർന്നുടയുന്നത്
ഒരേ നിലവിളി തന്നെ

കാനൽജലത്തിലും ചാനൽതിരകളിലും
പൊങ്ങിക്കിടന്നഴുകിത്തീരുന്നത്
ഒരേ പെൺമയുടെ തൂവൽജീവിതങ്ങൾ
തന്നെ.

സംഘമിത്ര,
വിമ്മിഷ്ടമരുത്
വിലാപങ്ങളരുത്

പോകുവാൻ
വഴികളില്ലെങ്കിലും
നമുക്ക് പോകാതെ വയ്യ.

നിശീഥങ്ങൾ നീന്തി
നിശാചരത്തെരുവുകൾ കടന്ന്
നമുക്കു നടത്തം തുടരാതെ വയ്യ
ദൂരങ്ങൾ ചവിട്ടിമെതിച്ചും
ദുരിതങ്ങൾ ചവച്ചിറക്കിയും
കയങ്ങളും കടന്ന്
നമ്മൾക്ക് മറുകര കാണാതെ വയ്യ

V

സംഘമിത്ര,
കഠിനവഴി തീർന്നിട്ടില്ല
കെടുതിമഴ തോർന്നിട്ടില്ല
നീരൊഴുക്ക് നിലച്ചിട്ടില്ല
ഇല്ല,
ചരിത്രം തീർന്നിട്ടില്ല

(1998)

സംഘമിത്രയ്ക്കുള്ള കുറിപ്പുകൾ I

ഒന്ന്

സ്വപ്നങ്ങളിൽ
സ്വപ്നഭംഗങ്ങളിൽ
നമ്മൾ വീണ്ടും
സന്ധിക്കുകയാണ്...
സഞ്ചാരപഥങ്ങളിൽ ചിലപ്പോൾ
പരസ്പരം ഛേദിക്കുന്നവർ
സമാന്തരദൂരങ്ങളിൽ ചിലപ്പോൾ
അന്യോന്യം അകലങ്ങൾ സൂക്ഷിക്കുന്നവർ
എന്നാകിലും,
ചരിത്രപരിണാമത്തിന്റെ
അനിവാര്യസന്ധിയിലെന്നോണം
ബോധവും ബോധവും തമ്മിൽ സംവദിക്കുവാൻ
നമ്മളീ നിശിതനേരങ്ങളിൽ
സംഘമിത്ര!

രണ്ട്

ഗാസയുടെ പൊടിമണ്ണിൽ പിടഞ്ഞമരുന്ന
നിലവിളികളും
മരുക്കാറ്റിൽ തരംഗമാലകളായ്
ആർത്തലയ്ക്കുന്ന അലമുറകളും
ഈ പച്ച മലയാളത്തിന്റെ നെഞ്ചിലോളം
പൊള്ളുന്ന നേരുകളായ്
പെരുകിപ്പടരുമ്പോൾ
പൂക്കാലത്തെക്കുറിച്ചുള്ള
പഴയ ലാവണ്യഗീതങ്ങൾ
ഇനിയും ആലപിക്കാനാവുക
എങ്ങനെ സംഘമിത്ര?

മൂന്ന്

വർണ്ണകംബളംപോലെ ശബളിമയാർന്ന
വംശമഹിമകൾക്കും
അവകാശികളായവർ
ബോംബറുകളുടെ തീച്ചുഴലികൾ
നിത്യവും നെഞ്ചേറ്റുമ്പോൾ
സംഘമിത്ര,
ഏതു രന്തിദേവന്റെ ദയാവായ്പുകൾ
ഏതു ലൂഥർ കിംഗിന്റെ സ്വപ്നശേഖരങ്ങൾ
ഇനിയും നമ്മൾക്കു കാത്തുവെക്കാനാവും?

നാല്

നീതിദേവതയെക്കുറിച്ചുള്ള
ആഖ്യാനമാഹാത്മ്യങ്ങൾ
ആവർത്തിക്കപ്പെടുമ്പോഴും
അപരാധികളിലോരോരുത്തനും പകരക്കാരായ്
ആയിരം നിരപരാധികൾ
കഴുമരമേറുന്ന കാഴ്ചകൾ
നമ്മൾക്കെങ്ങനെ വെറുതെ
കണ്ടുനിൽക്കാനാവും
സംഘമിത്ര?

അഞ്ച്

പഗോഡകളുടെ ഉൾമുറികളിലിരുന്ന്
തീബോംബുകൾക്ക് കവചം തീർക്കുന്നവർ
കാരുണ്യം കടലായിരമ്പിയവന്റെ
അഭയമുദ്രകളും
അറുത്തുമാറ്റുകയല്ലേ?
സംഘബോധസ്ഥലികളിൽ
ശരണമന്ത്രങ്ങളും
അനാഥമായവസാനിക്കുമ്പോൾ
ബോധോദയത്തിന്റെ വെളിപാടുപുസ്തകം
ഇനിയും നമ്മളെന്തിനു വായിക്കണം
സംഘമിത്ര?

(2009)

സംഘമിത്രയ്ക്കുള്ള കുറിപ്പുകൾ II

ചോരയുടെ പുഴയൊഴുക്കിൽ കുളിച്ചുകേറി
ഒരിക്കലേ സമ്രാട്ട് അശോകന്
നെഞ്ചുപൊള്ളി നില്ക്കേണ്ടി വന്നിട്ടുള്ളൂ

കബന്ധങ്ങളുടെ കാട്ടിൽ ഒറ്റയ്ക്കു നടന്ന്
ഒരിക്കലേ രാജാധിരാജന്
മേലാകാശം നോക്കി നിലവിളിക്കേണ്ടിവന്നിട്ടുള്ളൂ

വഴിയായ വഴിയിലെല്ലാം
വഴിതടസ്സമായ്
കബന്ധങ്ങൾ പെരുകുന്ന ഈ വർത്തമാനത്തിൽ
ഏതുവഴി നടക്കേണ്ടൂ നമ്മൾ?

പുഴയായ പുഴയിലെല്ലാം
കുത്തൊഴുക്കായ്
ചോരയൊഴുക്ക് വളരുന്ന
ഈ കെടുതിവേനലിൽ
ഏതു പുഴയിൽ കുളിച്ചുകേറേണ്ടൂ നമ്മൾ?

ഉഴവുചാലുകളിൽ കന്നാലികൾക്കൊപ്പം
ചേറിലും ചെളിയിലും പുതഞ്ഞ്
എത്ര കൃഷീവല ജീവിതങ്ങൾ!

ചേരിത്തെരുവുകളിൽ തിര്യക്കുകൾക്കൊപ്പം
വിസർജ്യങ്ങളാൽ കൂമ്പാരമാക്കപ്പെട്ട്
എത്ര ദളിതജീവിതങ്ങൾ!
പുറമ്പോക്കെന്ന പുരാതനസ്ഥലികൾ
പൊറുതികേടുകളെല്ലാം പൊറുതികളാക്കി

മനുജകുലപ്പെരുമകളായ്
എത്ര പ്രതിരോധ ജന്മങ്ങൾ!

വേർപ്പുകളിൽ കുതിർന്ന്
വേദനകളിൽ പുളഞ്ഞ്
ശമനമില്ലാതെ ദാഹം വളർന്ന്
പെരുവഴിദൂരങ്ങൾ നടന്നുകേറുന്ന
ഈ ജീവിതങ്ങളോട്
നമ്മളെന്തു ചെയ്യണം സംഘമിത്ര?
(നമ്മളെന്തു ചെയ്യാതിരിക്കണം?)

കണ്ടുമറന്ന പേക്കിനാവുകൾ
പുതുകാലത്തിന്റെ പകൽപൂരങ്ങളായ്
വീണ്ടുമെത്തുമ്പോൾ
പഴയ മുറിപ്പാടുകളിൽ നിന്നും
പുതുനൊമ്പരങ്ങൾ പിന്നെയും പിന്നെയും
പിടഞ്ഞു നീറുമ്പോൾ
നഗരപഥങ്ങളിൽ ഉല്ലസിച്ചുലാത്തി
പരിഷ്കാരമുദ്രകളിൽ പകിട്ടുകാട്ടി
എങ്ങനെ നമ്മൾക്ക്
സായന്തനങ്ങൾ ചെലവഴിക്കാനാവും?

ഭ്രാന്തും വെടിമരുന്നും പുകയുന്ന
രാപ്പകുതിനേരങ്ങളിൽ
പരവതാനികളിൽ ചവിട്ടിനടന്ന്
ഭോഗതൃഷ്ണകളെ കെട്ടിപ്പുണർന്ന്
ഇരുട്ടിന്റെ അശ്ലീലങ്ങളെ
എങ്ങനെ നമ്മൾക്ക്
പുതപ്പിച്ചു കിടത്താനാവും?
(എങ്ങനെ സംഘമിത്ര?)

ഉറങ്ങുവാനുള്ള നേരത്തും ഉറക്കം കെടുത്തി
വിശപ്പേറുന്ന നേരത്തും വിശപ്പടക്കാതെ
ഏകാന്തതയിലും ഏകാകിതനാവാതെ
ദൂരങ്ങൾ ചവിട്ടിമെതിച്ച്
അവൻ

നടന്നെത്തുന്നുണ്ട്,
നമ്മൾക്കറിയാം.

മുഴങ്ങുന്ന മൗനങ്ങളിൽ ഉള്ളുലഞ്ഞ്
വിനാശത്തിന്റെ വിഹ്വലതകൾ മുഴുവൻ കുടിച്ചുവറ്റിച്ച്
കാടിനും കടലിനും കരുണയ്ക്കുമിടയിൽപെട്ട്
കാണാക്കരകളും പീഠഭൂമികളും
അവൻ
കിനാവുകാണുന്നുണ്ട്,
നമ്മൾക്കറിയാം.

വിളിപ്പാടകലെ
ബോധിസത്തമനു*ണ്ട്,
നമ്മൾക്കറിയാം.

എന്നിട്ടുമെന്നിട്ടും
പീഡകളുടെ പെരുക്കങ്ങളിൽ വീർപ്പുമുട്ടി
അപരന്മാർ ആരെയാണ്
നമ്മൾ കാത്തിരിക്കുന്നത്?
(ആരെയാണ് സംഘമിത്ര?)

(2009)

* ബോധിസത്തമൻ: 'ബോധിസത്വൻ' എന്ന നാമരൂപത്തിനു
പകരം പുതിയൊരു നാമപദം.

കുഞ്ഞപ്പ പട്ടാന്നൂരിന്റെ കൃതികൾ

കാവ്യസമാഹാരങ്ങൾ

മുകുള ഗീതം (1967)
അമർഷങ്ങൾ (1977)
തടവറയിൽ ഒരു സംഘഗാനം (1982)
കുഞ്ഞപ്പ പട്ടാന്നൂരിന്റെ കവിതകൾ (1985)
എകെജി അറഫാത്ത് സൈമൺ ബ്രിട്ടോ (1988)
നാലാം യാമത്തിലെ യാത്രക്കാരായ നമ്മൾ (1989)
തേജസ്വിനി, നീ സാക്ഷി! (1991)
നർമ്മദയ്ക്ക് ഒരു പാട്ട് (1997)
വയലുകൾ (1999)
ഉദയപർവതം ഒരു രൂപകം (2000)
തെരഞ്ഞെടുത്ത കവിതകൾ (2002)
സ്ത്രീപക്ഷ കവിതകൾ (2004)
ബാഗ്ദാദ് (2005)
മഴകൾ പുഴകൾ (2008)
100 കവിതകൾ (2009)
ചില നേരങ്ങളിൽ ആരും ഒറ്റക്കല്ല (2010)
നന്ദി, ഗ്രാമങ്ങളേ! (2011)
കാര്യങ്ങൾ ഇപ്പോൾ തെരുവിലാണ് (2011)

ഗാനസമാഹാരം:

വിപ്ലവഗാനങ്ങൾ (ആറു പതിപ്പുകൾ)
രാഷ്ട്രീയപ്പാട്ടുകൾ

ഗദ്യസമാഹാരം

സ്വാതന്ത്ര്യബോധത്തിന്റെ മഹാധിക്കാരം പോലെ

കാവ്യനാടകങ്ങൾ

ചരിത്രഗാഥ
തലമുറകൾ